AF437280

ĐỨC PHẬT

VÀ

CHÚNG ĐỆ TỬ

Đức Phật và Chúng Đệ Tử
Thích Trung Thành Việt dịch

Trình bày: Nguyễn Minh Tiến
Trách nhiệm: Nguyên Đạo
Sửa lỗi chính tả: Thanh Phi & Phù Vân
Thiết kế bìa: Bích Vân – Bảo Duy

VIÊN GIÁC TÙNG THƯ

United Buddhist Publisher - 2020

SHRAVASTI DHAMMIKA

Thích Trung Thành *Việt dịch*

ĐỨC PHẬT
và
CHÚNG ĐỆ TỬ

Nguyên tác: THE BUDDHA AND HIS DISCIPLES

2020

MỤC LỤC

Tôi biết Thầy Trung Thành ở Chiangmai, Thái Lan cách đây chừng 8 đến 10 năm về trước, khi Thầy ấy còn là một sinh viên Tăng Việt Nam, đang theo học Phân Khoa Phật Học chuyên khoa Anh ngữ ở cấp bậc cử nhân, tại Đại Học Phật Giáo Mahachulalongkornrajavidyalaya, khi tôi đến thăm ngắn hạn chùa Cực Lạc Cảnh Giới của Thầy Hạnh Nguyện tại vùng này. Đây là nhân duyên lúc ban đầu để tiếp tục dẫn đến ngày hôm nay, như nào là gặp Thầy ấy tại Đức, Pháp, Ấn Độ, Đài Loan, Nhật Bản v.v… đúng là một chuỗi dài nhân duyên như vậy. Cái này kéo tiếp cái kia và thành quả của ngày hôm nay là Thầy ấy nhờ tôi viết lời giới thiệu cho quyển sách tiếng Anh tên là: The Buddha and his Disciples của Tỳ Kheo người Úc, đạo hiệu là Shravasti Dhammika, mà Thầy đã dịch ra Việt ngữ với hơn trăm trang trong mấy tháng, khi thế giới bị Covid-19 vây hãm trong năm 2020 này.

Tuy bận rộn cho nhiều việc Phật sự, nhưng tôi cũng cố dành một ngày 7 tiếng đồng hồ hôm 21 tháng 9 năm 2020 tại Tu Viện Viên Đức ở Ravensburg để đọc cho xong dịch phẩm này gồm 14 phần ngắn kể cả phần chú thích. Tôi rất hoan hỷ khi nhận làm việc này, nhưng với tôi dầu bận rộn đến đâu đi nữa, nếu có ai đó nhờ tôi viết lời giới thiệu sách, thì điều đầu tiên là tôi phải đọc quyển sách ấy cho xong mới viết lời giới thiệu. Bởi lẽ người ta đã tin tưởng nơi mình thì mình cũng không thể phụ lòng người khác được, khi chỉ đọc qua loa vài trang hay mục lục, rồi viết lời giới thiệu, thì việc này tôi chưa từng làm. Mặc dầu quyển sách hay kinh điển nào dày đến mấy trăm trang đi chăng nữa thì đối với tôi là một điều thú vị. Bởi lẽ mình không tốn công dịch, mà đọc được lời dịch của người khác ra Việt Ngữ cho mình đọc, thì quả là hạnh phúc biết dường bao. Do vậy tôi vẫn đọc và mãi đọc cho đến hôm nay, chưa bao giờ ngừng nghỉ là vậy.

Hiện tại của năm 2020 này thì Thầy Trung Thành chưa đến tuổi 30 và đang học Cao Học Phật Giáo tại Đại Học Phật Quang ở Nghi Lan, Đài Loan. Và như trong "Đôi lời tri ân" Thầy ấy đã bộc bạch rõ ràng rồi, Quý vị đọc sẽ biết lý do tại sao Thầy ấy dịch quyển sách này. Theo tôi thì Thầy Trung Thành đã có lý khi chọn tác phẩm này để dịch, vì là một người Úc xuất gia là tác giả, có thể có cái nhìn khách quan và khoa học hơn là một người Á Châu khác, khi nói hay viết, hoặc nhìn về Đức Phật như là một niềm tin của tôn giáo mà mình đang theo, chứ không phải là một khoa học của tôn giáo đó. Tác giả đã học, đã tu tập và đã dẫn chứng hầu hết những mẩu chuyện trong sách này đều dựa trong Kinh điển Nam truyền. Do vậy, độ tin tưởng có thể cao hơn tạng Bắc truyền. Dĩ nhiên tạng Bắc truyền không đi ra ngoài khuôn mẫu đã có như Nam truyền, nhưng Kinh điển Bắc truyền bao giờ cũng được thêm vào những chi tiết nhiều hơn, để thi vị hóa câu chuyện hấp dẫn hoặc ý nghĩa hơn, để người đọc từ đó dễ nắm bắt câu chuyện. Ví dụ như chuyện của chàng Vô Não (Angulimala) hại Phật là một ví dụ điển hình. Ở phần kinh tạng Bắc truyền kể lại chuyện này màu mè hơn. Ví dụ như bà vợ của vị Thầy Brahmin dạy đạo cho Vô Não, đã có tình riêng với chàng nhưng chàng thì vô tâm, nên bà ta tìm đủ mọi cách để hại chàng khi tình yêu không được thể hiện với Vô Não, và cuối cùng thì chồng bà, tức Thầy của Vô Não nghe lời vợ và buộc Vô Não phải đi tìm cho đủ 1.000 lóng tay của người được sát hại, thì Ông ta mới truyền cho phần cốt lõi của

Đạo; nhưng ở Nam truyền thì ngắn gọn hơn, theo như nội dung mà Thầy Shravasti Dhammika đã thuật lại. Khi đọc vào nội dung của sách Quý vị sẽ nắm bắt được việc này một cách rõ ràng hơn. Chuyện của Đề Bà Đạt Đa cũng như vậy.

Trong sách, tác giả đã khéo kể về những đệ tử tại gia nổi tiếng của Đức Phật như xưa nay chúng ta thường được biết như: Anathapindika (Cấp Cô Độc), và nay ta lại còn biết thêm về các Cư Sĩ như: Citta của Macchikasanda và Hatthaka của Alavi nữa. Nhưng chúng ta cũng chưa thấy được hình ảnh của nữ thí chủ Tỳ Xá Khư trong sách này. Hoặc giả sự "Khủng hoảng ở Kosabi", việc chính trong Kinh Tạng Bắc truyền là Đức Phật chế ra phép Lục Hòa cho chư Tăng Ni mà trong chương này cũng kể sự việc tương tự như thế, nhưng lại không đưa ra kết luận này.

Văn dịch ra Việt ngữ của Thầy Trung Thành rất trong sáng, người đọc sẽ dễ lãnh hội ý của tác giả cũng như dịch giả. Đây là sự thành công lúc ban đầu của cả hai vậy. Thầy còn dịch chú thích thêm những danh từ có gốc gác từ Phạn ngữ hay Pali sang Việt ngữ ở trong dấu ngoặc, khiến cho người mới học Đạo, đọc tác phẩm này sẽ dễ dàng nhận biết hơn khi tiếp xúc với Phật Giáo. Theo Thầy Trung Thành thì từ lúc nhỏ chưa vào chùa hay khi đã vào chùa rồi, Thầy đã đọc cuộc đời của Đức Phật không biết bao nhiêu quyển sách rồi. Do vậy khi dịch tác phẩm này, chắc rằng Thầy ấy cũng không gặp khó khăn mấy khi chọn từ ngữ Phật Học để diễn tả cho đúng ý của tác giả, khi tác giả muốn nhấn mạnh về một việc gì. Việc này đòi hỏi người dịch phải sáng tạo, cũng như phải hiểu sâu về thâm ý của tác giả mới thể hiện được việc ấy, mà việc này Thầy Trung Thành đã làm được, quả là một việc đáng tán dương biết bao.

Nhiều khi Thầy Trung Thành đi Phật sự chung với tôi ở đâu đó, nếu có một vị Thầy người Tích Lan, Hoa Kỳ hay Đức nói tiếng Anh, thì tôi thường hay nhờ Thầy ấy dịch ra Việt ngữ cho thính chúng nghe, và tôi đã cảm nhận được rằng, Thầy Trung Thành làm việc này rất tốt và có khả năng dịch cũng như diễn tả ý của diễn giả một cách rất linh hoạt, thành thục. Hy vọng Thầy Trung Thành sẽ thành công nhiều hơn nữa trong vấn đề dịch thuật, cũng như viết lách chuyển từ ngôn ngữ này sang ngôn ngữ khác về sau này.

Bây giờ tôi đã ở tuổi 71, 72 thấy được thế hệ 20, 30 làm những việc bắt đầu như cách đây 50 năm về trước mà tôi đã làm, quả là điều vi diệu. Do vậy tôi thường hay tài trợ và giúp đỡ cho những ai không phải chỉ có tài năng, mà còn có cả ý chí nữa. Bởi vì người xưa thường nói rằng: "Học hải vô nhai, cần thị ngạn. Thanh vân hữu lộ, chí vi thê." (學海無涯勤是岸；青雲有路志爲梯。) Nghĩa là: "Biển học không bờ, siêng năng là bến; đường mây có lối, ý chí là thang lên."

Viết mấy lời giới thiệu này để động viên Thầy Trung Thành tiếp tục làm những việc mình ưa thích, mà Phật Giáo nói chung cũng như Phật tử Việt Nam đang cần, và tôi mong rằng, sẽ đón nhận thêm nhiều tác phẩm hay dịch phẩm khác nữa của Thầy Trung Thành, để được đọc và được viết lời giới thiệu như quyển sách đầu tay này của Thầy ấy.

Viết xong lời giới thiệu này vào ngày 21 tháng 9 năm 2020 tại thư phòng Tu Viện Viên Đức, Ravensburg thuộc miền Nam nước Đức.

Thích Như Điển

Phương Trượng
Tổ Đình Viên Giác, Hannover
và Tu Viện Viên Đức, Ravensburg,
Đức Quốc

ĐÔI LỜI TRI ÂN CỦA NGƯỜI DỊCH

Trong khoảng thời gian may mắn được hầu cận Sư Ông Phương Trượng Tổ Đình Viên Giác tại Đức- Hòa Thượng Thích Như Điển, chúng con luôn cảm động trước lòng từ bi, trí tuệ cùng những đóng góp không ngừng nghỉ của Ngài, cho sự nghiệp quảng truyền chánh Pháp. Để tán dương Ngài thì phải cần thật nhiều giấy mực, nhưng có một điều liên quan trực tiếp đến sự có mặt của quyển sách dịch nhỏ này, một điều từ nơi Ngài mà chúng con rất đỗi thán phục, chính là với tất cả những trách nhiệm đối với đông đảo chúng đệ tử xuất gia cũng như tại gia, đối với các Giáo Hội cùng những tự viện và tổ chức lớn nhỏ, nhưng Ngài chưa khi nào quên việc tu tập và nghiên cứu. Sách vở với Ngài luôn là những người bạn chân thành và thân thiết nhất, và ở vào cái tuổi "Thất thập cổ lai hy", Ngài vừa hoàn thành quyển sách thứ 68 của mình.

Ngài nhiều lần nhắc nhở rằng, sinh ngữ nếu không thường trau dồi, sử dụng thì sẽ chóng quên mất; cũng như thường động viên chúng con đã đi học, thì nên tùy khả năng mà làm gì đó có ích cho đạo Pháp và mọi người. Nhưng mãi cho đến mùa hè này, vì 'chú' virut Corona, mà Sư phụ của chúng con là Thầy Viện chủ Tu Viện Khánh An- Thượng Tọa Thích Trí Chơn gọi thân thương 'chú' là 'bạn' và đã gửi đến chú ấy một bức thư thật sâu sắc; cũng do chú ấy mà du học Tăng chúng con ai cũng mắc kẹt không về nước được. Cứ ngỡ chú sẽ là "kẻ tội đồ", nhưng thật ra chính nhờ chú mà sau cùng chúng con có thời gian và không gian, để hoàn thành việc chuyển ngữ quyển sách nhỏ này trước khi học kỳ mới lại bắt đầu.

Xuất gia và được nuôi lớn nhờ cơm Tam Bảo đến nay cũng đã hơn 20 năm, chúng con từng say mê nhiều quyển sách viết về cuộc đời của Đức Phật Sakyamuni. Từ bộ truyện cho trẻ con Lịch sử Đức Phật Bằng Tranh của hai cư sĩ: Lý Thái Thuận và Trương Quân, hay hai bài ngắn Lược Sử Đức Phật Thích Ca trong bộ sách giáo lý vỡ lòng Phật Học Phổ Thông của cố Hòa Thượng Thích Thiện Hoa, rồi Đức Phật Lịch Sử của vị học giả người Đức H.W Schumann, do cố Giáo sư Trần Phương Lan chuyển ngữ, thể hiện góc nhìn một Đức Phật rất "người trần mắt thịt", đến tiểu thuyết Đường Xưa Mây Trắng vô cùng xuất sắc, của Sư Ông Làng Mai- Hòa Thượng Thích Nhất Hạnh. Có một hình ảnh mà chúng con rất thích khi đọc bài thơ Châu Ngọc Pháp Hoa của Sư Ông Làng Mai, chính là một chuỗi ngọc long lanh tuyệt sắc. Với chúng con thì mỗi tác phẩm viết về cuộc đời Đức Phật cũng như những chuỗi ngọc kia, bởi lẽ tư liệu về Đức Phật như những viên ngọc nhiều màu sắc vốn không tập trung một chỗ, mà nằm rải rác khắp nơi trong Ba Tạng Kinh Điển, và mỗi tác giả như những người thợ làm chuỗi, sẽ tùy theo sở thích của mình mà tìm nhặt những viên ngọc ấy đem về, rồi theo ý nguyện cá nhân mà xâu lại thành những chuỗi ngọc muôn màu muôn vẻ.

Dây chuỗi ngọc mà chúng con được chiêm ngưỡng gần đây nhất, chính là The Buddha and His Disciples của vị Sư lỗi lạc người Úc, Shravasti Dhammika. Sư là tác giả của hơn 30 đầu sách, trong đó có những quyển được đông đảo độc giả yêu thích và đã dịch ra hơn 36 thứ tiếng như quyển Good Questions, Good Answers mà Bác sĩ Phạm Kim Khánh dịch là Khéo Vấn, Khéo Đáp năm 1997 và Thượng Tọa Thích Nguyên Tạng - Úc Châu chuyển ngữ thành quyển Hỏi Hay, Đáp Đúng năm 2000. Nói về tác phẩm The Buddha and his Disciples, thì đây là một quyển sách mà Sư viết về cuộc đời Đức Phật rất thú vị. Bằng ngôn từ đơn giản mà dường như trẻ em cũng có thể thưởng thức được, cộng với cách chọn lọc, xử lý sử liệu và trình bày một cách mới mẻ đầy tính khoa học qua việc giới thiệu bối cảnh xã hội, cùng những người có sự liên hệ với Ngài thời bấy giờ, để xây dựng nên bức tranh sống động về cuộc đời của Đức Phật, tất cả đã làm nên một sợi chuỗi ngọc thật giá trị đối với mọi người. Chúng con cũng rất trân trọng việc Sư luôn ghi chú nguồn gốc cho những trích dẫn một cách rõ ràng, để mà thông qua đó mọi người có thể dễ dàng kiểm chứng các thông tin, cũng như thuận tiện cho việc tra cứu thêm.

Quyển sách dịch nhỏ này, chính là lòng tri ân mà chúng con kính dâng lên Hòa Thượng Thích Như Điển, người đã luôn thương tưởng và thường từ bi nhắc nhở, động viên chúng con. Sự hỗ trợ của Hòa Thượng cũng như chư vị Phật tử Âu Châu trong mùa dịch này, cũng đã giúp cho du học Tăng chúng con được an tâm mà nghiên cứu và tu tập.

Chúng con cũng kính xin tri ân Cha Mẹ sanh thành, ân Thầy Tổ giáo dưỡng, ân tín chủ thường yểm trợ và ân đất nước đã chở che.

Mong rằng quyển sách nhỏ này sẽ gieo được cảm tình đối với Đức Phật và Giáo Pháp nơi người mới, cũng như làm vững chãi thêm niềm tin nơi người đã có thiện tâm với Đạo Phật.

Trong lúc thực hiện việc chuyển ngữ quyển sách này, tuy chúng con đã nỗ lực với mong muốn có thể chuyển tải một cách đúng đắn và gần nhất với tư tưởng trong nguyên bản của tác giả, nhưng vì sự giới hạn của khả năng cũng như kiến thức của bản thân nên không sao tránh khỏi những sai sót, chúng con kính mong quý vị sẽ hoan hỷ khi gặp phải những sai sót ấy. Mọi ý kiến đóng góp xin gửi về hộp thư điện tử: thichtrungthanhvn@gmail.com

Lầu Hải Tịnh - Đại Học Phật Quang
Rằm tháng Bảy năm Canh Tý

Kính Tri Ân

Thích Trung Thành

THƯ CHO PHÉP CHUYỂN NGỮ
VÀ CHIA SẺ BẢN DỊCH

From: Thich Trung Thanh
Sent: Saturday, November 7, 2020
To: Shravasti Dhammika

Subject: *Asking the copyright permission for the book "The Buddha and His Disciples."*

Dear Bhante Shravasti Dhammika,

At the beginning of this letter, I wish you good health and happiness.

My Dhamma name is Thich Trung Thanh, and I'm a Vietnamese Buddhist monk. I have been ordained for more than 20 years, attended a Buddhist university in Thailand, and now I am studying for a master's degree in Taiwan.

I got to know you through the book Good Question Good Answer for more than ten years, and that is the book that introduced me to learning Buddhism in English.

Last summer, I came to know your book, The Buddha and His Disciples. After reading it, I thought it would be a great blessing if Vietnamese Buddhists could read it too, especially the young generation that is beginning to learn Buddhism. You have told the story of the Life of The Buddha in a way that is truly fascinating and very scientific in your approach. I love the way you always make clear notes of sources, and it will be beneficial for those who want to learn more.

I am now writing this letter for asking your copyright permission. Please allow me to translate your book The Buddha and His Disciples into Vietnamese and disseminate it to the Vietnamese Buddhist community.

I wish you good health, peaceful and your spreading the Buddha's teachings career will be as your vow.

I appreciate your consideration of my permission request.

With my sincere respect,

Thich Trung Thanh

From: Shravasti Dhammika
Sent: Saturday, November 7, 2020
To: Thich Trung Thanh

Subject: *Re: Asking the copyright permission for the book "The Buddha and His Disciples"*

Dear Thich Trung Thanh,

Concerning your last email, I am happy for you to publish your translation of my book The Buddha and His Disciples and to make it available for sale at a price that you consider reasonable. Please keep me informed of the process of the publishing.

With kind regards,

Bhante Dhammika

VÀI GHI CHÚ VỀ BẢN DỊCH

- Văn bản dịch sẽ giữ lại tên người cũng như địa danh theo như nguyên bản, trừ những từ như Buddha, Bhikkhu. Riêng ở lần xuất hiện đầu tiên của những danh từ, vốn phổ biến với độc giả Việt Nam bằng phiên âm Hán Việt, thì phần phiên âm cũng như ghi chú sẽ được dịch giả in nghiêng và đặt trong dấu ngoặc đơn, nhằm giúp người đọc dễ nhận diện. Những phần trong ngoặc đơn nhưng không in nghiêng sẽ là của tác giả.

- Tất cả những ghi chú nguồn trích dẫn Kinh điển sẽ theo cách thể hiện của bản gốc mà tập trung thành một chương ở cuối sách.

- Những trích dẫn trong sách được tác giả dựa trên ấn bản Pali đầu tiên do hội Pali Text Society xuất bản.

- Những phần trích dẫn từ Tam Tạng Kinh Điển của bản tiếng Việt này có tham khảo các bản dịch của cố Hòa Thượng Thích Minh Châu và Sư Indacanda (Nguyệt Thiên).

LỜI NÓI ĐẦU CỦA TÁC GIẢ

Cuộc đời của Đức Phật không phải chỉ là một bản tường thuật về hành trình của một Người đi tìm và giác ngộ chân lý, đó còn là về những con người mà Người ấy đã gặp trong suốt 45 năm hành đạo của mình, cũng như các cuộc gặp gỡ này đã thay đổi họ như thế nào. Nếu hành trình của Đức Phật cùng những lần gặp mặt của Ngài với những người khác, được đặt vào bối cảnh của xã hội nơi những sự kiện đó đã diễn ra, một xã hội với những phong tục độc đáo, các âm mưu chính trị cùng những biến động tôn giáo, thì nó sẽ trở thành một trong những câu chuyện hấp dẫn nhất từng được kể. Người ta sẽ bắt gặp những vị vua đầy kiêu hãnh cùng những kẻ thấp hèn bị ruồng bỏ, những tu sĩ đắp trên mình tấm y màu vàng nghệ, (mà một vài vị thật thánh thiện còn số khác lại quá đỗi trần tục) cùng những tín chủ hào phóng và những đối thủ đầy ấp lòng đố ky.

Một số sự kiện trong cuộc đời Đức Phật được các học giả mô tả là 'huyền thoại', nhưng nếu chúng ta nhìn nhận một cách khách quan, thì chỉ rất ít trong số chúng có thể được xem là khó mà tin được.

Như vài người có thể cho rằng, việc Angulimala (Ương-Quật-Ma-La) cắt một ngón tay từ mỗi nạn nhân của ông là điều khó tin, nhưng lịch sử tội phạm của nhân loại đã cho chúng ta rất nhiều bằng chứng về những hành vi còn kỳ quái và khủng khiếp hơn thế. Sự thăng tiến nhanh chóng của Samavati (Sa-Mã-Ngõa-Đế) từ nghèo túng, vươn lên trở thành hoàng tộc chắc chắn là một điều bất thường nhưng nó nằm trong phạm vi có thể xảy ra. Những âm mưu của Devadatta (Đề-Bà-Đạt-Đa) trông có hơi bị phóng đại và chắc chắn rằng chúng đã được ghi lại trong Luật tạng không đúng trình tự, nhưng đó là những điều mà chúng ta hoàn toàn có thể thấy được từ một người vừa vô cùng tài giỏi, nhưng đồng thời cũng rất ghen tị cũng như đầy ắp tham vọng. Và nhẹ nhàng như một làn gió mát, lướt qua tất cả những sự kiện đầy kịch tính này chính là Đức Phật, kiên nhẫn, mỉm cười và chân thực không thể nào nhầm lẫn được.

Những thông tin cổ xưa và xác thực nhất mà chúng ta có được về cuộc đời của Đức Phật, là được tìm thấy trong Tam Tạng Pali, nơi mà chúng không theo bất kỳ thứ tự thời gian nào, mà nằm rải rác đó đây như những hạt bụi vàng dưới đáy sông cát. Có phần ít xác tín hơn nhưng tuy nhiên đôi lúc cũng hữu ích, chính là thông tin từ những tác phẩm chú giải bằng Pali, đặc biệt là Dhammapada Atthakta (Chú Giải Kinh Pháp Cú) và Jataka Nidanakatha (Duyên Khởi Kinh Bổn Sanh). Sau đó, chúng ta có những kinh điển Đại thừa, trong đó Đức Phật lịch sử dần lu mờ đằng sau bức màn của những huyền thoại và sự cường điệu khiến Ngài ngày một trở nên xa cách. Chúng ta là con người, những con người không hoàn hảo, và nếu chúng ta muốn vượt qua trạng thái này thì chúng ta sẽ cần một người hướng dẫn cùng một lý tưởng vừa thật con người và vừa hoàn hảo. Theo như cách mà Tam Tạng Pali đã khắc họa thì Đức Phật chính là người hướng dẫn cùng với lý tưởng như vậy. Do đó, câu chuyện về Đức Phật và chúng đệ tử của Ngài, được kể trong các nguồn văn bản Pali không chỉ là một câu chuyện chân thực và hấp dẫn, mà còn là một câu chuyện mang ý nghĩa tâm linh vô cùng quan trọng.

Có thật nhiều quyển sách viết về cuộc đời Đức Phật đã được xuất bản và hai trong số những cuốn sách hay nhất chỉ vừa được thực hiện gần đây. Đó là The Historical Buddha (Đức Phật Lịch Sử) của H.W. Schumann và The Buddha (Đức Phật) của Michael Carrithers. Cả hai quyển sách này đều tài tình tránh được hai cực đoan khi một mặt không chứa đựng quá nhiều những chi tiết rõ ràng là thần thoại và mặt khác cũng không quá nặng nề khi sử dụng cách tiếp cận mang tính học thuật khô khan, thuần khoa học khiến không thể khơi dậy niềm tin nơi người đọc. Nhưng thật không may vì cả hai quyển sách này hiện không có mặt rộng rãi tại các hiệu sách trong nước. Tác phẩm trong nước duy nhất viết về cuộc đời của Đức Phật mà cũng tránh được những cực đoan trên chính là The Life of Gotama The Buddha (Cuộc Đời Đức Phật Gotama) do Đại Đức B. Dhammaratana và Senarath Vijayasundara chấp bút. Tuy nhiên, vì quyển sách hay này đã không còn được xuất bản nữa nên một quyển sách mới với đầy đủ thông tin hơn về cuộc đời của Đức Phật là cần thiết.

The Buddha and His Disciple là quyển sách thứ hai trong bộ ba sách giáo khoa, mà về sau sẽ được sử dụng cho khóa học Giới Thiệu Phật Pháp của hội Buddha Dhamma Mandala. Tôi hy vọng quyển sách này sẽ giúp tăng thêm giá trị cho khóa học trên, vốn hiện đang được rất nhiều người dân Singapore đón nhận. Tôi muốn cảm ơn Doris Teo và Donna Pang cho tất cả những gì họ đã giúp đỡ trong việc biên soạn quyển sách này. Các hình minh họa do Eric Yeo thiết kế đã giúp tập sách trở nên sống động, giống như cách anh đã thực hiện với quyển đầu tiên trong loạt ba sách. Lời cảm ơn cũng xin gửi đến tất cả những người đã góp phần giúp đỡ bằng thật nhiều cách.

VÙNG ĐẤT CÂY JAMBU

Dẫu biết rằng Giáo Pháp được đơm hoa kết trái từ tuệ giác của chính Đức Phật, nhưng cách mà chúng hiển lộ nơi thế gian này, lại chịu ảnh hưởng rất nhiều bởi nền văn hóa ở vùng đất mà Đức Phật thị hiện. Vì vậy, hiểu biết ít nhiều về văn hóa nơi đó, chắc chắn sẽ giúp ta trong việc thấu hiểu thêm Giáo Pháp của Ngài.

Ấn Độ là một tiểu lục địa mang hình dáng như một cái nêm khổng lồ với biển Ả Rập ở phía Tây, biển Andaman ở phía Đông và các đỉnh núi quanh năm tuyết phủ của dãy Himalaya ở phía Bắc. Vào thời cổ đại, nó được gọi là vùng đất của những cây Jampu (Jambudipa) (Diêm-Phù-Đề). Đức Phật đã đản sanh và trọn đời Ngài sống ở phía Bắc của Trung Ấn, trong khu vực được biết đến như là Vùng Đất Trung Tâm (Majjhima Desa). Người ta gọi như vậy là bởi vì dân cư sinh sống ở đó tin rằng nơi đây là trung tâm của quả đất. Toàn bộ khu vực bao gồm một đồng bằng rộng lớn, bằng phẳng và vô cùng màu mỡ, với hai con sông lớn là sông Ganges (sông Hằng) và sông Yamuna (Á-Mặc-Nạp) cùng vô số sông nhỏ chảy qua. Khí hậu nơi đây một năm trải qua ba mùa - mùa Hè, khi nhiệt độ có thể lên tới 40^0C; mùa mưa, khi các con sông dâng lũ khiến cho việc đi lại trở nên khó khăn; và mùa Đông, khi ban ngày thì dễ chịu nhưng có thể trở nên rét cóng khi đêm về. Vào thời của Đức Phật, nhiều khu vực rộng lớn vùng Bắc Ấn được bao phủ bởi rừng rậm và người dân sống tại những ngôi làng giáp rừng thường hay bắt gặp sư tử, voi, nai, tê giác và nhiều động vật hoang dã khác.

Dân cư của phần phía Bắc Ấn Độ này ít hơn rất nhiều so với ngày nay và phần lớn đất đai nơi đây lại màu mỡ phù hợp cho trồng trọt, nên ai cũng lương thực dư dả. Ngay đến những hộ nông dân nghèo nhất cũng có thể bổ sung vào những bữa ăn, hoặc tạo thêm thu nhập cho mình bằng cách săn bắt động vật hoang dã và hái lượm đủ loại trái cây từ các khu rừng.

Ấn Độ thời Đức Phật không phải là một quốc gia thống nhất, mà đúng hơn là tập hợp các quốc gia độc lập, thường xuyên cạnh tranh với nhau để giành quyền thống lãnh. Trong số các quốc gia này, lớn mạnh nhất chính là vương quốc Magadha (Ma-Kiệt-Đà), mà trong hầu hết thời gian lúc Phật còn tại thế, được cai trị bởi vua Bimbasara (Tần-Bà-Sa-La). Đó là một vị vua anh minh, tài giỏi và rất quan tâm đến vấn đề tôn giáo. Thủ đô của Magadha là Rajagaha (Vương Xá, nơi ngự của Nhà Vua), nằm ẩn mình giữa trập trùng đồi núi và được bảo vệ bởi những bức tường thành bằng đá thật đồ sộ, mà tàn tích của chúng vẫn còn lưu lại cho đến ngày nay. Một thời gian ngắn sau khi Đức Phật nhập diệt, Magadha đã dời thủ đô từ Rajagaha đến Pataligama, về sau được gọi là Pataliputta và hiện nay là Patna (Hoa-Thị). Trong khoảng 150 năm, vương quốc này đã chiếm lãnh gần hết diện tích Ấn Độ. Ngay phía Bắc và tách biệt với Magadha bởi dòng sông Hằng là Liên bang Vajjian (Bạt-Kỳ). Liên bang này được tạo thành từ nhiều bộ lạc, mà tiêu biểu trong số đó là Licchavi và Videha, đã đoàn kết lại nhằm bảo vệ mình khỏi láng giềng hùng mạnh ở phía Nam. Tộc Licchavi là bộ tộc quan trọng nhất trong Liên bang và thành phố trọng yếu của họ - Vesali (Tó-Sá-Ly), trên thực tế cũng chính là thủ đô của Liên bang.

Dọc theo biên giới phía Tây của Liên bang Vajjian là Malla, một bộ lạc nhỏ theo thể chế cộng hòa có lãnh thổ được chia thành hai phần, một phần với thủ đô là Kusinara (Câu-Thi-Na) và phần còn lại với thủ đô là Pava.

Hướng Bắc của Malla là hai nước nhỏ với thể chế cộng hòa bán độc lập của tộc Sakya (Thích-Ca) và tộc Koliya (Câu-Lợi), cùng thủ đô của họ lần lượt là Kapilavatthu (Ca-Tỳ-La-Vệ) và Devadaha (Đề-Bà-Đa-Ha). Những bộ lạc này cùng với các bộ lạc lân bang khác, không phải được cai trị bởi các vị vua, mà bởi các hội đồng những người đại biểu của công dân, điều này không khác mấy với cách tổ chức của các thành bang Hy Lạp cổ đại. Các hội đồng này sẽ tụ họp lại với nhau thường xuyên và ở đó mọi người đều được tự do nói lên suy nghĩ của mình.

Phía Tây Bắc của Magadha là Kosala (Kiều-Tát-La), một nước lớn và hùng mạnh xếp thứ hai thời bấy giờ. Trong phần lớn thời gian Đức Phật trụ thế, Kosala được cai trị bởi Vua Pasenadi (Ba-Tư-Nặc) từ thủ đô của ông ở Savatthi (Xá-Vệ) và Kosala đã có rất nhiều ảnh hưởng đối với tộc Sakya. Phía Đông Nam của Kosala là Vamsa, với thủ đô của nó là Kosambi (Kiều-Thượng-Di) trên dòng sông Yamuna, mà lúc bấy giờ được cai trị bởi Vua Udena (Ưu-Điền).

Thế kỷ thứ 5 trước TL đánh dấu một giai đoạn chuyển tiếp. Các bộ lạc cộng hòa cũ bị tan rã, dưới tác động bởi sự xâm lược của các nước lớn như Kosala và Magadha. Những thành phố ngày càng được mở rộng và trở nên phức tạp hơn. Nhiều đoàn người rời bỏ làng xã và trang trại của họ để đổ xô về Kosambi, Savatthi, Rajagaha cùng các trung tâm đô thị khác.

Xã hội Ấn Độ khi đó bị chia cắt rất rõ nét bởi chế độ đẳng cấp (Catuvana). Giai cấp mà một người được sinh vào sẽ quyết định nghề nghiệp họ làm, địa vị của họ trong xã hội, người họ được kết hôn, nơi họ sinh sống và những người họ có thể cùng ngồi ăn, trên thực tế là gần như mọi khía cạnh trong cuộc sống họ. Ở đẳng cấp cao nhất là các Brahmin (Bà-La-Môn), những giáo sĩ được cha truyền con nối của đạo Brahmin, chuyên lo công việc của các nhà giáo dục và học giả. Bên dưới họ là Khattiya (Sát-Đế-Lỵ), giai cấp của các chiến binh. Họ là những người cai trị, giai cấp cầm quyền và binh lính. Giai cấp kế tiếp là Vessa (Vệ-Xá), gồm các thương gia, nhà buôn và thợ thủ công. Ở dưới cùng của hệ thống đẳng cấp là Suda (Thủ-Đà-La), gồm những người làm các công việc như nông dân, làm công và tôi tớ. Ngoài ra, còn có một nhóm người bị xem như chẳng thuộc vào các đẳng cấp trên đó là Candala (Chiên-Đà-La) - những kẻ bị ruồng bỏ. Những người này được coi là ở ngoài rìa của xã hội văn minh và mọi sự thứ họ chạm vào đều bị coi là uế nhiễm. Họ sống tách mình ở những vùng ngoại ô thật xa các thị trấn, xóm làng và buộc phải làm những công việc bị coi là hèn hạ như thu gom rác, dọn dẹp xác chết, thuộc da và quét dọn đường phố. Chế độ đẳng cấp đúng là đã góp phần giúp cho xã hội khá ổn định, nhưng nó lại khiến cho những sự thay đổi và chuyển dịch của xã hội gần như không thể xảy ra. Bên cạnh đó, nó cũng mang tới rất nhiều tàn bạo và bất công trút xuống những giai cấp thấp hơn cũng như giai cấp hạ tiện nằm ngoài rìa xã hội.

Ban đầu chế độ đẳng cấp chỉ là một thể chế xã hội nhưng dần dần được hợp nhất với đạo Brahmin cùng các giáo điều được ban hành. Theo đó, hầu hết những kinh điển của Hindu (Ấn-Độ-Giáo) cùng Brahmin Giáo đều chấp nhận chế độ đẳng cấp như là một điều đã được sắp đặt bởi Phạm Thiên.

Việc biên chép đã được biết đến vào thời của Đức Phật, nhưng nó không được sử dụng rộng rãi. Nguyên nhân của điều đó, chính là Ấn Độ từ lâu đã hoàn thiện các phương pháp giúp việc ghi nhớ văn chương và truyền đạt lại nó, với độ chính xác cao đến mức khiến cho việc biên chép trở nên không cần thiết. Thực vậy, Kinh Veda (Vệ-Đà) - bản Thánh ca của Brahmin giáo đã được sáng tác gần cả nghìn năm trước Phật đản sanh, vẫn không được viết xuống trong suốt nhiều thế kỷ sau khi Phật nhập Niết Bàn, song chúng vẫn được lưu truyền gần như nguyên vẹn. Các khúc ca, truyền thuyết, lịch sử, thánh điển cùng với lượng lớn các tác phẩm văn chương khác, mà đã phần nào tạo nên nét văn hóa của thời bấy giờ, đều từng được bảo tồn bằng phương pháp truyền miệng.

Tôn giáo thịnh hành ở Ấn Độ thời Đức Phật là Brahmin Giáo, chứ không phải Ấn Giáo như thường được đề cập. Ấn Độ Giáo là một sự trộn lẫn những tư tưởng của Brahmin Giáo, Phật Giáo cùng các tín ngưỡng dân gian khác và chỉ được phát triển nhiều thế kỷ sau thời Đức Phật. Đạo Brahmin tin vào một đấng sáng tạo tối cao được gọi là Brahma (Phạm-Thiên) và nhiều vị Thần nhỏ hơn như Thần lửa Aggi, Thần sét tối cao Indra, Vua địa ngục Yama, Thần mặt trời Suriya,... Những vị Thần này sẽ ban phước khi được dâng các tế lễ (yaga), là những vật phẩm được ném vào lửa trong các buổi lễ với niềm tin rằng, chúng sẽ theo khói mà bay lên trời và đến nơi các vị Thần. Người dân bình thường có thể chỉ hiến tế những phẩm vật đơn sơ như ngũ cốc hoặc bơ sữa, nhưng với những người giàu có và hoàng tộc, họ sẽ hiến tế một lượng lớn các loài động vật, mà thường là bò và thậm chí đôi khi họ còn hiến tế cả con người. Sự tế lễ là việc vô cùng phức tạp và người dâng lễ tin rằng họ sẽ chỉ nhận được phước lành được ban phát từ các vị thần, khi các nghi lễ được thực hiện một cách hoàn toàn chính xác. Chỉ những Brahmin và các Thầy tế tự được truyền thừa mới biết chính xác cách để thực hiện nghi thức hiến tế, một kiến thức mà họ bảo vệ hết sức cẩn trọng, và họ thường đòi hỏi một khoản trả công hậu hĩ cho mỗi buổi lễ. Hệ quả là các Brahmin thường bị xem là những người tham lam và hám lợi. Bên cạnh đó, một lễ nghi quan trọng khác trong Brahmin Giáo là nghi thức tắm rửa. Người ta tin rằng nếu một người làm điều ác, thì những điều ác đó có thể được rửa sạch hay cuốn trôi đi, bằng cách tắm gội tại một trong số những dòng sông thiêng, mà nổi tiếng nhất chính là sông Ganges.

Vào thời của Đức Phật, sự bất mãn với giáo lý Brahmin đã lan rộng và nhiều người, trong đó có cả những trí thức Bà La Môn dần chuyển sang quan tâm đến những tư tưởng tôn giáo mới. Song song với Brahmin Giáo, một truyền thống vốn đã có mặt từ lâu đời hơn, chính là truyền thống của các bậc thầy khổ hạnh không chính thống (samana), đã bắt đầu thu hút được nhiều sự quan tâm. Nổi tiếng nhất trong số những hành giả khổ hạnh này là Nataputta (Nhã-Đề-Tử), người được các đệ tử của mình tôn xưng với danh hiệu Mahavira Jain (bậc Đại Anh Hùng). Môn đồ của ông được biết đến như Những Người Không Còn Sự Ràng Buộc (Nigantha) (Ni-Kiền-Tử) và tôn giáo mà ông sáng lập được gọi là Jaina Giáo (Kỳ-Na giáo). Nataputta sống cùng thời và lớn tuổi hơn Đức Phật và lúc Đức Phật bắt đầu truyền đạo thì đồ chúng của Nataputta đã rất đông rồi. Một nhóm hành giả khổ hạnh quan trọng khác là Ajivika (A-Cát Duy-Ca/Phái Tà Mệnh), được chủ trương bởi Makkhali Gossala. Đạo sĩ Ajivika lõa thể đi lại khắp nơi và rao giảng tư tưởng rằng, việc nỗ lực kiềm chế cái ác để trở nên tốt đẹp là vô ích, bởi vì tất cả mọi người cuối cùng đều sẽ tìm thấy sự cứu rỗi thông qua quá trình luân hồi tái sinh, giống như một quả bóng được bện chặt từ một sợi dây cuối cùng đều sẽ được tháo ra hết sau khi lăn dài trên mặt đất. Nhóm Ajivika có rất nhiều tín đồ và người ủng hộ vô cùng thế lực, nhưng Đức Phật phê phán họ là những hành giả khổ hạnh tệ hại nhất. Một số những đạo sĩ nổi tiếng khác lúc bấy giờ là đạo sĩ bện tóc Ajita, Purana Kassapa, Pakudha Kaccayana và Sanjaya Belatthiputta. Tất cả các tôn giáo mà họ khởi xướng, chỉ kéo dài được vài thế kỷ và sau đó đều dần biến mất.

DÒNG TỘC SAKYA

Dòng sông Hằng chảy qua một đồng bằng rộng lớn, với rặng đồi Mahabharat làm biên giới ở phía Bắc, vượt khỏi chúng là đến dãy Himalaya (Hy-Mã-Lạp-Sơn). Ngay nơi tiếp giáp giữa vùng đồng bằng đó với những ngọn đồi chính, là quê hương của tộc người Sakya (Thích-Ca), dòng dõi mà Đức Thế Tôn đã chọn để hạ sanh vào. Người Sakya thuộc về giai cấp của những chiến binh (khattiya) và vốn nổi tiếng bởi tính nóng nảy cùng sự kiêu hãnh. So với các thành bang khác thì người Sakya khá là đơn giản. Họ như nằm ngoài rìa của nền văn minh đang phát triển nhanh chóng ở miền bắc Ấn Độ thời bấy giờ. Không có những thành thị như các vương quốc hùng mạnh, tộc Sakya chỉ có những thị trấn lớn cùng các làng mạc mà trong đó, những nơi trọng điểm là thủ đô Kapilavatthu, Catuma, Komadussa và Silavati.

Như bao dân tộc khác, người Sakya cũng có cho riêng mình những truyền thuyết về sự khởi thủy của dòng tộc, một sản phẩm của sự hòa trộn giữa sự thật và trí tưởng tượng, nhằm làm nổi bật sự uy dũng và cao quý của họ. Ngược dòng lịch sử để truy tìm nguồn gốc của mình, người Sakya quay về đến tận thời đại của vị Vua Okkaka huyền thoại. Theo truyền thuyết, Okkaka có năm hoàng hậu cùng rất nhiều người con nhưng chỉ có các con của hoàng hậu cả Bhatta là được phép thừa kế ngai vàng. Đó chính là bốn vị hoàng tử Okkamukha, Karakanda, Hatthinika và Sinipura. Khi người hoàng hậu cả qua đời, Okkaka kết hôn với một người phụ nữ rất trẻ và sắc phong cô ta làm hoàng hậu chính, mà bỏ qua những người vợ khác của mình. Việc đó đã dấy lên thật nhiều ghen tị nơi các bà vợ kia.[1] Khi người hoàng hậu mới này hạ sinh một bé trai, Vua Okkaka rất vui mừng và hứa sẽ ban cho cô bất cứ điều gì cô muốn. Ngay lập tức cô trả lời, "Thiếp muốn con thiếp được thừa kế ngai vàng." Nhà vua biết rằng không thể thực hiện điều này vì bốn người con trai kia của ông đã được thừa kế ngai vàng một cách hợp pháp, nhưng hoàng hậu lại nhất định buộc vua phải giữ lời hứa của mình. Không thể nuốt lời, nhà vua đành phải phong cho người con trai vừa chào đời là Jantu làm thái tử đồng thời trục xuất bốn người con trai kia của mình khỏi vương quốc. Vô cùng bất bình trước quyết định của vua, các chị của bốn vị hoàng tử đã tự nguyện cùng bị lưu đày với các em như một cách chống đối lại cha mình. Các hoàng tử và công chúa lang thang vào rừng tìm kiếm một nơi thích hợp để trú ngụ. Đoàn người đi mãi, cuối cùng họ bắt gặp am thất của vị ẩn sĩ Kapila, và vị ẩn sĩ này đã ân cần đón tiếp và mời họ trú lại gần đó. Thế là bốn hoàng tử cùng các chị mình đã quyết định ở lại và đặt tên cho vùng đất nhỏ đó là Kapilavatthu, để tỏ lòng trân trọng đối với vị hiền nhân. Cũng có một số ngôi làng biệt lập nằm rải rác không xa chỗ họ, nhưng vì các hoàng tử trẻ quá kiêu hãnh và không bao giờ kết hôn với người ngoại tộc, nên họ đã quyết định tôn chị cả Piya làm mẹ và sau đó kết hôn với những người chị khác. Đó là một điều khiến cho tộc Sakya ở các thế kỷ sau thường bị đem ra châm chọc. Về sau, công chúa Piya kết hôn với Rama, vua của Benares, và con cái của họ thì trở thành tổ tiên của tộc Koliya. Những người bà con của dòng họ Sakya ở phía Đông. Câu chuyện này cùng với một số các câu chuyện khác có liên quan đến lịch sử của bộ tộc có lẽ đều đã được dạy cho thái tử Siddhartha từ lúc Ngài còn trẻ.

Người Sakya có một hội đồng (sabha) được xây dựng từ

những chiến binh của bộ tộc - những người được tôn trọng bởi sức mạnh quân sự hay sự khôn ngoan của họ. Hội đồng này thường xuyên hội họp tại hội trường (sala) của thủ đô Kapilavatthu, để thảo luận về tình hình của quốc gia.[2] Bên cạnh đó, hội đồng cũng sẽ dàn xếp các vụ tranh chấp và làm công việc của một tòa án. Một người nếu đã chứng minh được bản thân mình trong trận mạc, lại là người sở hữu nhiều đất đai, gia súc cũng như nổi tiếng với sự khôn ngoan, tài trí cùng các kỹ năng hòa giải, sẽ được bầu làm vị thống lãnh của hội đồng và giữ nhiệm vụ như là vua của tộc Sakya.

Suddhodana với cái tên mang ý nghĩa là "Tịnh Phạn" (Cơm Thuần Tịnh) hội tụ đầy đủ những yếu tố trên và đã cai trị tộc Sakya trong suốt nhiều năm như hầu hết các vị tổ tiên của ông trước đây đã từng. Ông cùng bốn người anh em khác: Dhotodana, Sakkodana, Sukkodana và Amitodana là con trai của Sihanu và bà Kaccana. Người Sakya vốn duy trì sự nội giao, hôn nhân giữa các anh chị em trong dòng họ cùng với chế độ đa thê. Thế nên Vua Suddhodana đã kết hôn với hai chị em ruột - Maha Maya và Maha Pajapati Gotami mà cả hai đều là những người em họ gần với ông. Kiểu sắp xếp này rất được khuyến khích bởi vì người Sakya rất kiêu hãnh, nên họ cảm thấy không tương xứng với phẩm giá của họ khi kết hôn với những người ngoại tộc, và cũng để gìn giữ gia sản tránh không bị lọt ra ngoài.

Đức Phật tuy không gắn bó với bộ tộc của mình nhưng Ngài luôn dành một sự quan tâm trìu mến đến họ. Một lần nọ, có thanh niên Brahmin tên là Ambattha (A-Ma-Trú) đã ở trước mặt Đức Phật và lăng mạ dòng họ Sakya. Khi Đức Phật hỏi điều gì mà khiến cho anh ta tức giận người Sakya đến như vậy thì anh ta nói:

"Một thời ta đi đến Kapilavatthu (Ca-Tỳ-La-Vệ) vì có việc phải làm cho thầy ta là Brahmin Pokkharasadi, và ta đến tại hội trường của dòng họ Sakya. Lúc bấy giờ một số đông dòng họ Sakya và thanh niên Sakya đang ngồi trên ghế cao tại hội trường. Chúng cười với nhau, dùng ngón tay thọt nhau và ta chắc chắn là chúng đang chế nhạo ta. Khi đó thậm chí không có một ai mời ta ngồi cả. Như vậy thật không phải lẽ, thật không đúng pháp, khi chúng không tôn trọng các Brahmin."

Đức Phật đã bảo vệ cho người Sakya bằng cách giải thích rằng:

"Nhưng này Ambattha, ngay cả chim cun cút, con chim bé nhỏ đó cũng có thể tự hót thỏa thích trong tổ của nó. Kapilavatthu là nhà của tộc Sakya. Họ không đáng bị chỉ trích chỉ vì một việc nhỏ như vậy."[3]

Nhiều thành viên trong dòng dõi của Đức Phật cùng những người Sakya khác, đã trở nên nổi bật trong Tăng đoàn, và có khả năng là Đức Phật đã ưu ái họ ở một số mặt, cố nhiên không phải là những mặt liên quan đến sự phát triển tâm thức. Ngài để cho mẹ nuôi là bà Maha Pajapati Gotami (Ma-Ha-Ba-Xà-Ba-Đề-Cồ-Đàm) đứng đầu Ni đoàn và trong số chín người thị giả của Phật trong suốt thời gian Ngài tại thế thì tôn giả Ananda là anh em họ với Ngài và hai người khác - Nagasamala và Meghiya cũng là những người Sakya.

Sau ròng rã gần bảy năm không nghe tin tức gì về con trai mình, Vua Suddhodana được báo rằng Phật hiện đang lưu trú ở Rajagaha (Vương-Xá), và tuyên bố rằng mình đã chứng được đạo lớn. Lòng tràn ngập niềm vui khi biết rằng con trai vẫn còn sống, Vua Suddhodana ngay lập tức đã gửi đi một sứ giả để thỉnh Phật trở về quê nhà. Nhưng khi người sứ giả đó gặp được Đức Phật ở Veluvana Vihara (Tịnh-Xá-Trúc-Lâm) gần Rajagaha, thì đã quá say mê nghe Pháp đến mức ông quyết định xuất gia trở thành một tu sĩ ngay tại đó, và hoàn toàn quên mất nhiệm vụ phải truyền lời mời của Vua Suddhodana đến cho Phật. Nhiều sứ giả khác đã được lần lượt gửi đi nhưng điều tương tự đều xảy đến với họ. Cuối cùng, quá bực tức và thất vọng với những người trước, Vua Suddhodana ra lệnh cho Kaludayi làm người truyền tin và căn dặn rằng, người này chỉ được phép xuất gia sau khi đã truyền thông điệp đến cho Đức Phật. Vì thế mà Đức Phật cũng đã biết lòng mong muốn được gặp lại mình của vua cha. Không lâu sau đó, Ngài khởi hành hướng về thủ đô Kapilavatthu, cùng với một đại chúng rất đông các vị xuất sĩ. Khi đoàn người về gần đến nơi, họ đã dừng chân nghỉ lại qua đêm trong một công viên ở ngoại thành cho đến sáng sớm hôm sau thì tuần tự vào thành để khất thực. Mãi đến lúc đó, Vua Suddhodana mới hay rằng Đức Phật đã về tới, và ông sửng sốt khi biết con trai mình thà chọn ngủ dưới gốc cây hơn là chăn ấm nệm êm bên trong cung điện, và thà khất thực trên các con phố hơn là thỏa thích ăn uống bên các bàn tiệc linh đình. "Con đang làm mất đi sự tôn nghiêm của dòng dõi mình", vua Suddhodana khiển trách, gần như không thể kiềm chế cơn giận của mình. Đức Phật từ tốn trả lời rằng: "Đại vương Suddhodana, ta đã chứng đạo và bước chân vào gia đình của chư Phật, và phẩm giá của dòng họ này không lệ thuộc vào những trang sức phù phiếm bên ngoài mà là ở tuệ giác và lòng từ bi." Đức Phật dành nhiều thời gian giảng dạy ở Kapilavatthu cùng các thị trấn lân cận, và kết quả là nhiều thanh niên trong tộc Sakya đã phát tâm xuất gia, trong khi những người khác thì trở thành những tín đồ nhiệt thành trong Giáo Pháp của Phật trong khi vẫn sống đời sống của người tại gia. Lúc đầu Vua Suddhodana có phần chống đối, nhưng dần dần ông cũng chịu mở lòng lắng nghe những lời con trai mình nói, và sau đó ông đã chứng được thánh quả Nhất Lai.

Tính thị tộc cùng lòng kiêu hãnh của người Sakya cuối cùng đã dẫn họ đến sự sụp đổ. Mặc dù người Sakya được tự do trong việc điều hành đất nước của mình, nhưng ở một mức độ nhất định họ vẫn bị kiểm soát bởi người hàng xóm đầy quyền lực ở phía Tây - Kosala. Vào thời đức Phật, Kosala có tiếng nói rất quan trọng đối với công việc của người Sakya, rằng thậm chí có lần Phật đã mô tả quê hương Ngài như là một phần của vương quốc Kosala. "Hiện tại người Sakya là chư hầu của Vua Kosala. Họ kính cẩn phục vụ, đảnh lễ, đứng dậy, chắp tay và đối xử với ông rất lễ độ."[4] Lòng coi trọng sự tự do cá nhân và tính độc lập của Đức Phật có thể đã chịu ảnh hưởng bởi sự giáo dục của người Sakya, và không có gì nghi ngờ khi Ngài đã dành rất nhiều cảm thông đối với các nước cộng hòa nhỏ, khi thấy họ phải tranh đấu hòng bảo vệ nền độc lập, trước sự bành trướng của chế độ quân chủ độc tài vào thời điểm đó. Khi Phật nghe tin Vua Ajatasattu (A-Xà-Thế) đang chuẩn bị xâm chiếm nước Cộng hòa Vajjian, Ngài hỏi tôn giả Ananda:

"Thầy có nghe dân Vajji thường hay tụ họp và tụ họp đông đảo với nhau; rằng họ tụ họp trong sự hòa hợp, làm việc trong sự hòa hợp và ban hành những quy định trong sự hòa hợp; rằng họ tuân thủ các quyết định phù hợp với truyền thống của dân Vajji mà họ đã ban hành; rằng họ tôn sùng, kính trọng, đảnh lễ, cúng dường các bậc trưởng lão Vajji và nghe theo lời dạy của những vị này; rằng họ không có bắt cóc và cưỡng ép vợ hay con gái của người khác phải sống với mình; rằng họ tôn sùng, kính trọng, đảnh lễ, cúng dường các tự miếu của Vajji ở tỉnh thành và ngoài tỉnh thành, không bỏ phế các cúng lễ đã cúng từ trước; và sau cùng họ bảo hộ, che chở, ủng hộ đúng pháp các bậc Thánh khiến những vị chưa đến sẽ đến trong xứ, và những vị đã đến được sống an lạc không?"

Khi tôn giả Ananda xác thực rằng người Vajjia thực sự đã gìn giữ tất cả những điều trên thì Đức Phật tuyên bố rằng:

"Chừng nào các pháp trên vẫn còn được duy trì giữa họ, thời dân tộc Vajji sẽ được cường thịnh, không bị suy giảm."[5]

Vua Pasenadi của nước Kosala dường như muốn mở rộng tầm ảnh hưởng của mình đối với tộc Sakya, nên trong một lần ông đã yêu cầu chọn ra một người nữ quyền quý trong dòng họ Sakya để làm vợ cho con trai mình. Tuy rằng lúc bấy giờ không người Sakya nào muốn con gái của mình phải kết hôn với người ngoại tộc, nhưng đồng thời họ cũng không thể lờ đi trước ý muốn của nước láng giềng hùng mạnh được. Mahanama (Ma-Ha-Nam), một trong những người anh em họ của Phật khi đó đã nghĩ ra một đối sách. Ông nhận nuôi một cô con gái tên là Vasabhakhattiya, người mà vốn là con của một nữ nô lệ. Sau đó ông đề nghị cho cô gái này mạo danh là một nữ quý tộc của dòng họ Sakya và mang gả cho con trai của Vua Pasenadi. Mưu mẹo cuối cùng đã thành công, Vasabhakhattiya được đưa đến Kosala, kết hôn và được chấp nhận vào hoàng tộc Kosala. Không lâu sau, cô hạ sinh cho vua một người cháu trai tên là Vidudabha, người mà sau đó được phong làm thái tử. Khi Vidudabha lớn lên, ông muốn đi về Kapilavatthu để thăm viếng những người thuộc dòng họ Sakya mà ông tin là quyến thuộc của mình, nhưng mẹ ông đã ra sức thuyết phục ông đừng đi, vì biết rằng người Sakya sẽ đón tiếp ông với sự khinh miệt. Cuối cùng Vidudabha cũng nhất quyết về quê, và ở đó ông vô cùng hoang mang trước sự tiếp đón lạnh nhạt mà ông nhận được. Ngay lập tức ông rời khỏi nơi đó, vì không muốn phải nhận thêm bất kỳ sự thiếu tôn trọng nào nữa. Nhưng ngay khi vừa ra khỏi Kapilavatthu, một người hầu của ông vì bỏ quên kiếm nên đã quay lại lấy. Khi người đó trở lại hội trường, anh trông thấy một nữ tỳ đang dùng sữa mà tẩy rửa chiếc ghế Vidudabha đã ngồi - một nghi thức thường dùng để thanh tẩy những vật đã bị ô uế. Vô cùng thắc mắc, người lính đó tiến tới và hỏi lý do vì sao người tỳ nữ lại làm như vậy, thì được cô trả lời rằng: "vì con của một nô lệ đã ngồi lên nó." Anh không hiểu ý người nữ tỳ là gì nên đã hỏi lại và được cô kể cho nghe toàn bộ câu chuyện. Khi Vidudabha nghe được về sự thật rằng mẹ của mình không phải là một quý tộc mà là một nô lệ thấp kém, ông cảm thấy vô cùng nhục nhã và trong cơn thịnh nộ ông đã thề rằng một ngày nào đó sẽ trừng phạt người Sakya cùng với sự lừa dối của họ:

> "Hãy cứ để chúng đổ sữa trên ghế ta ngồi để rửa nó đi. Khi ta lên ngôi, ta thề sẽ rửa chỗ ngồi bằng máu trong tim chúng."

Vào đoạn cuối cuộc đời Đức Phật, Vidudabha đã thật sự nối ngôi làm vua và nhiều lần mang quân tiến đánh Kapilavatthu. Nhưng mỗi lần như vậy, Đức Phật đều thuyết phục khiến ông đổi ý mà lui quân. Tuy thế, cuối cùng Kapilavatthu và các thành thị của tộc Sakya khác cũng bị tấn công, và Vidudabha đã trả được mối thù của mình bằng việc thảm sát rất nhiều người trong tộc Sakya. Sau cuộc chiến, ông hành quân về lại Kosala mang theo vô số chiến lợi phẩm. Trên đường trở về, quân đội cắm trại qua đêm bên cạnh bờ sông và một trận mưa lớn trên thượng nguồn trong đêm đó, đã gây nên trận lũ khủng khiếp, nhấn chìm Vidudabha cùng hầu hết đội quân của ông. Về phần những người Sakya may mắn sống sót sau vụ thảm sát khủng khiếp ấy, họ đã nỗ lực xây dựng lại một vài thị trấn nhỏ và cố gắng sống tiếp, nhưng bởi lượng người mỗi ngày một suy giảm, và sự độc lập đã bị tước mất, họ dần tàn lụi và chỉ còn được ghi nhớ đến hôm nay chính nhờ vào một thành viên trong dòng tộc, Đức Phật.

ĐỨC PHẬT - NGƯỜI LÀ AI?

Đức Phật rất phi thường, nơi Ngài luôn ngời sáng, sự từ bi cùng tuệ giác không tỳ vết, chỉ cần một lần được tiếp xúc với Ngài, cũng đủ khiến cho cả cuộc sống của người đó thay đổi. Ngay cả khi Phật còn tại thế thì đã có vô số những huyền thoại xoay quanh Ngài, nói gì đến nhiều thế kỷ sau khi Ngài nhập Niết Bàn. Đôi lúc các câu chuyện mầu nhiệm cùng sự thần thoại hóa đó, đã phần nào che khuất đi những nét giản dị và rất con người của Đức Phật. Dần dần, người ta xem Phật như một đấng thượng đế toàn năng. Thực ra, Đức Phật là một con người, cố nhiên không phải là một "con người đơn thuần" như đôi lúc được nói đến, mà là thuộc một nhóm người rất đỗi đặc biệt và thường được ca tụng là những con người toàn hảo (mahapurisa) (bậc đại nhân). Những vĩ nhân đó được sinh ra cũng giống như bao nhiêu người khác và sự thật thì thể chất của họ vẫn luôn khá là bình thường. Nhưng bằng những nỗ lực riêng, họ thành tựu mọi tiềm năng của con người và nội tâm thanh tịnh bên cạnh sự hiểu biết của họ, phát triển đến mức độ hoàn toàn vượt xa những con người bình thường khác. Một vị Phật - bậc đại nhân thậm chí còn vượt lên trên cả thượng đế, bởi vì nơi vị đó đã không còn ganh tị, tức giận và sự thiên vị, là những phẩm chất mà chúng ta được biết rằng thượng đế vẫn còn.

Vậy thì Đức Phật trông như thế nào? Được diện kiến Ngài thì sẽ ra sao? Đức Phật cao khoảng 6 feet (1 mét 8), với mái tóc đen tuyền cùng nước da nâu vàng. Ngài để râu tóc dài lúc còn sống đời sống thế tục, và cạo bỏ chúng khi bắt đầu xuất gia như tất cả các nhà Sư khác.[1] Tất cả các nguồn sử liệu đều đồng ý rằng, dung mạo Đức Phật rất đẹp. Brahmin Sonadanda (Chủng Đức) từng mô tả Ngài "đẹp trai, khả ái cùng màu da thù thắng khiến người nhìn hoan hỷ. Với vóc dáng và nét nghiêm trang của chư thiên, chẳng có gì nơi Ngài mà không thu hút cả."[2] Còn Vacchagotta thì nói về Đức Phật như sau:

"Thật vi diệu thay, thật hy hữu thay, các căn của Tôn giả Gotama thật trong sáng, màu da rạng rỡ thật thanh tịnh, ví như quả táo vàng vào mùa thu thật thanh tịnh và chói sáng, ví như trái cây tala chín vừa rời khỏi cành, thanh tịnh và chói sáng, ví như một món đồ trang sức bằng vàng đỏ, được người thợ vàng thiện xảo luyện trong lò, khéo gò và đặt trên tấm vải vàng, được chiếu sáng, chói soi, rực rỡ; cũng vậy, các căn của Tôn giả Gotama thật trong sáng, màu da rạng rỡ thật thanh tịnh."[3]

Nhưng khi về già, thân thể Ngài cũng không thoát khỏi sự vô thường, như tất cả những Pháp do nhân duyên sanh khác. Tôn giả Ananda đã mô tả Đức Phật lúc tuổi già như thế này:

"Thật kỳ lạ thay, bạch Thế Tôn! Không biết bằng cách nào mà màu da Thế Tôn nay không còn thanh tịnh, trong sáng, tay chân rã rời, nhăn nheo, thân còm về phía trước và sự đổi khác nơi các căn, mắt, tai, mũi, lưỡi và thân."[4]

Vào năm cuối cùng trước khi nhập đại bát Niết Bàn, Đức Phật đã nói:

"Ta nay đã già, mỏi mệt! Này các thầy, ta đã thành bậc trưởng thượng, đã đến tuổi lâm chung, đã đến tám mươi tuổi. Này Ananda, như cỗ xe đã già mòn, sở dĩ còn chạy được là nhờ dây thắng chằng chịt, cũng vậy thân Như Lai được duy trì sự sống nhờ vào các lớp băng quấn giữ lại."[5]

Tuy nhiên, từ buổi đầu, quần chúng bị thu hút bởi những hảo tướng của Đức Phật, cũng nhiều như việc họ trân quý tính cách thân thiện cùng với Giáo Pháp của Ngài. Chỉ cần Ngài có mặt thôi, đã có thể mang đến ảnh hưởng rõ rệt đến mọi người xung quanh. Có lần tôn giả Sariputta gặp gia chủ Nakulapita và nhận thấy sự yên bình toát ra nơi vị ấy nên Thầy ấy hỏi vị gia chủ rằng: "Này gia chủ, các căn của ông thật định tĩnh; còn nét mặt thì rạng ngời và thanh tịnh. Phải chăng hôm nay gia chủ được đối diện với Thế Tôn và nghe pháp thoại từ Ngài?" Nakulapita trả lời "Làm sao không thể như vậy được, thưa Tôn giả? Hôm nay, con được rưới với nước bất tử [...]."[6]

Đức Phật là một bậc thầy về diễn thuyết trước công chúng. Bằng giọng nói trầm ấm, diện mạo khả ái và phong thái uy nghi, đĩnh đạc cùng với sự lôi cuốn của những lời Pháp, Đức Phật đã hoàn toàn nhiếp phục hội chúng của mình. Thanh niên Uttara đã mô tả những gì anh ta chứng kiến trong một buổi tụ họp, nơi Đức Phật đang thuyết pháp như sau:

"Khi thuyết pháp cho hội chúng trong một công viên, Ngài không tán dương hội chúng ấy, không chỉ trích hội chúng ấy, trái lại với pháp thoại khai thị hội chúng ấy, khích lệ làm cho phấn khởi, làm cho hoan hỷ. Tiếng nói thoát ra từ miệng Tôn giả Gotama có tám đức tánh: lưu loát, dễ hiểu, dịu ngọt, nghe rõ ràng, sung mãn, phân minh, thâm sâu và vang động. Khi Tôn giả Gotama giải thích cho hội chúng với tiếng nói của mình, tiếng nói không vượt ra khỏi hội chúng. Hội chúng sau khi được Tôn giả Gotama khai thị, khích lệ, làm cho phấn khởi, làm cho thích thú, làm cho hoan hỷ, từ chỗ ngồi đứng dậy và ra đi vẫn quay nhìn lại mà không muốn rời bỏ."[7]

Vua Pasenadi đã từng bày tỏ sự kinh ngạc của mình về mức độ yên lặng và chú tâm tuyệt đối của hội chúng khi họ đang lắng nghe đức Thế Tôn thuyết Pháp.

"Con là một vị vua đã làm lễ quán đảnh, có thể hành quyết những ai đáng bị hành quyết, gia phạt những ai đáng bị gia phạt, trục xuất những ai đáng bị trục xuất. Nhưng khi con ngồi xử kiện, có người đôi khi vẫn nói ngắt lời của cả con. Và con còn không có dịp để nói: "Này quý vị, chớ có ngắt lời nói của ta, khi ta đang ngồi xử kiện. Quý vị hãy chờ cho đến khi ta nói xong." Còn ở đây, trong khi Thế Tôn thuyết pháp cho đồ chúng hàng trăm người, con thấy các Tỳ Khưu trong ấy thậm chí không có một tiếng nhảy mũi hay tiếng ho khởi lên. Thuở xưa, trong khi Thế Tôn thuyết pháp cho đồ chúng hàng trăm người, có người đệ tử Thế Tôn ho lên. Một vị đồng Phạm hạnh khẽ đập vào đầu gối và nói: "Tôn giả hãy im lặng, Tôn giả chớ có làm ồn. Thế Tôn, bậc Đạo Sư của chúng ta đang thuyết pháp." Khi trông thấy điều đó, con khởi lên ý nghĩ như sau: "Thật vi diệu thay! Thật hy hữu thay! Thính chúng này thật khéo được huấn luyện không bằng gậy gộc và đao kiếm."[8]

Mặc dù Đức Phật không bao giờ làm gì khiến cho mọi người không thích Ngài, nhưng vẫn có người đôi lúc bởi đố ky, hoặc vì họ không đồng ý với Giáo Pháp của Ngài dạy, và đôi lúc vì Phật đã thiêu rụi đức tin của họ bằng ánh sáng lạnh lùng của lẽ phải. Một lần, khi Ngài ở tại

Kapilavatthu, có Dandapani (Chấp-Trượng) thuộc dòng họ Sakya hỏi Phật giảng thuyết về điều gì, và sau khi được Đức Phật trả lời, Dandapani tỏ ý không mấy ấn tượng, "lắc đầu, liếm lưỡi, với trán nổi lên ba đường nhăn, chống gậy rồi đi."9 Đức Phật đã không đuổi theo để cố gắng thuyết phục ông ta, về tính chân thật của Giáo Pháp mà Ngài đã giảng thuyết. Đức Phật luôn phản ứng lại mọi sự chỉ trích một cách bình tĩnh, giải thích rõ ràng nguyên do, và sẽ đính chính lại những hiểu lầm đã đưa đến những lời chỉ trích đó khi cần thiết. Ngài luôn định tĩnh, mỉm cười và từ tốn khi đối mặt với những lời chỉ trích, và Ngài khuyến khích chúng đệ tử của mình cũng như vậy.

"Nếu có người hủy báng Ta, hủy báng Pháp hay hủy báng Tăng, các thầy chớ có vì vậy sanh lòng căm phẫn, tức tối, tâm sanh phiền muộn. Vì nếu các thầy như vậy thời các thầy sẽ bị ngăn trở, và các thầy liệu còn có thể biết được lời nói của những kẻ ấy là đúng hay sai lạc chăng?"

"Bạch Thế Tôn, không thể được."

"Thế nên khi có người hủy báng Ta, hủy báng Pháp hay hủy báng Tăng, các thầy đơn giản chỉ cần nói rõ những điểm không đúng sự thật bằng cách nói: "Điểm này không đúng sự thật; điểm này không chính xác; việc này không có giữa chúng tôi; việc này không xảy ra giữa chúng tôi."10

Đôi khi Đức Phật không bị chỉ trích mà là bị lăng mạ bằng những lời thô lỗ, khó nghe. Những lúc như vậy, Ngài thường im lặng một cách cao quý.

Đức Phật thường được xem là một người cao quý, nhân hậu và quả thật là như vậy, nhưng điều đó không có nghĩa rằng Ngài sẽ không lên tiếng chê trách những việc Ngài thấy là cần thiết. Ngài đã nhiều lần chê trách một số nhóm ngoại đạo khổ hạnh đương thời và tin rằng giáo lý sai lầm của họ khiến mọi người lạc lối. Về những đạo sĩ Jain, Ngài nói:

"Đạo sĩ Jain là những người không có lòng tin, ác giới, không có xấu hổ và không có sợ hãi. Chúng không làm bạn với các bậc Chân nhân và thường khen mình chê người. Các đạo sĩ Jain chấp thủ vào của cải mà không chịu từ bỏ. Họ gian xảo với tâm tư chứa đầy ác dục và tà kiến."[11]

Những trường hợp vì hiểu sai Giáo Pháp, các Thầy Tỳ Khưu đem dạy lại những điều sai lệch, Đức Phật sẽ khiển trách họ mà nói: "Này kẻ ngu si kia, sao Ông lại hiểu pháp Ta thuyết giảng như vậy?"[12] Nhưng những lời khiển trách của Ngài chưa bao giờ để làm tổn thương mà là để thúc đẩy mọi người nỗ lực nhiều hơn và xem xét lại hành động hay niềm tin của mình.

Công việc thường ngày của Đức Phật rất nhiều. Mỗi đêm, Ngài chỉ nghỉ một giờ đồng hồ và sau đó là thiền định cho đến sáng, Ngài thường quán từ bi trong khoảng thời gian này. Bình minh lên sẽ là lúc Ngài bắt đầu thể dục bằng cách rảo bộ và sau đó là tiếp chuyện với những người đến thăm viếng. Ngay trước buổi trưa, Đức Phật đắp y và mang theo bát, đi vào xóm làng hay thôn ấp gần đó để khất thực. Ngài tuần tự đến trước từng nhà trong sự im lặng và từ tốn đưa bát ra nhận lấy bất kỳ thức ăn gì mà mọi người dâng cúng với tất cả lòng trân quý. Đến khi đã nhận đủ vật thực, Đức Phật sẽ trở lại trú xứ hoặc đi tới khoảng rừng gần đó mà ngồi xuống thọ thực. Đức Phật quen với việc chỉ ăn mỗi ngày một lần. Khi tiếng tăm Ngài vang khắp gần xa, người ta thường thỉnh Ngài đến nhà của họ dùng bữa; và vì là một vị khách danh dự, nên gia chủ thường sẽ dâng lên Ngài những thức ăn tốt nhất họ có. Đây là việc mà những vị tu khổ hạnh khác thường hay lấy làm cớ để chỉ trích ngài. Trong những dịp như vậy, Đức Phật sẽ rửa tay và bát của mình sau khi dùng bữa xong rồi nói một bài Pháp ngắn cho gia chủ. Ngay sau bữa ăn, Ngài thường nằm xuống nghỉ ngơi hoặc đôi khi ngủ một giấc ngắn. Vào ban đêm, thói quen của Đức Phật là nằm với dáng nằm của sư tử (sihasana) nghiêng về bên phải, với một tay để gối dưới đầu và hai bàn chân đặt lên nhau. Buổi chiều sẽ là thời gian Phật nói chuyện với những ai tìm đến gặp Ngài, hướng dẫn các thầy hoặc dành thời gian đi thăm, để nói Pháp cho họ nghe vào những lúc thích hợp. Tối đến khi mọi người đã ngủ, Đức Phật sẽ ngồi tĩnh lặng và thỉnh thoảng sẽ có chư thiên (deva) xuất hiện để tham vấn Ngài.

Giống như những vị xuất gia khác, hằng năm Đức Phật thường du hành từ nơi này đến nơi khác trong chín tháng, đó chính là dịp để Ngài gặp gỡ nhiều người, và sau đó là an cư trong ba tháng mùa mưa (vassa). Suốt mùa mưa, Đức Phật thường sẽ lưu lại tại một trong số các tinh thất, được dựng lên cho Ngài ở nhiều nơi khác nhau, như ở đỉnh núi Linh Thứu (Gijjhakuta), tinh xá Kỳ Viên (Jetavana) hoặc tinh xá Trúc Lâm (Venuvanaor). Tôn giả Ananda sẽ nhắn những người đến thăm Đức Phật hãy đằng hắng, hoặc gõ cửa khi đến trước thất và Thế Tôn sẽ ra mở cửa. Đôi lúc Đức Phật dặn tôn giả Ananda đừng để người khác vào làm phiền Ngài. Chúng tôi từng đọc về một người đàn ông, khi được nghe nói rằng Thế Tôn đang không muốn gặp bất cứ ai, anh ta đã ngồi xuống trước tinh thất của Thế Tôn và nói: "Tôi sẽ không đi cho đến khi tôi gặp được Ngài ấy." Những khi du hành, Đức Phật sẽ ngủ ở bất cứ đâu - từ dưới gốc cây, trạm dừng chân bên đường, cho đến nhà kho của thợ gốm. Có lần Hoàng tử Hatthaka trông thấy Phật ngủ ngoài trời và hỏi: "Thế Tôn sống có an lạc không?" Đức Phật đã trả lời ông ấy rằng Ngài có. Rồi Hoàng tử Hatthaka nói: "Nhưng thưa Thế Tôn, đêm mùa Đông rất lạnh, những đêm trăng non như vầy lại là khoảng thời gian rét buốt; mặt đất thì cứng rắn do trâu bò giẫm đạp, còn thảm trải bằng lá rừng lại quá mỏng, trên cây chỉ còn lưa thưa vài lá trong khi tấm vải cà sa của Thế Tôn quá đỗi mong manh trước gió rừng lạnh giá."

Đức Phật khẳng định lần nữa với hoàng tử rằng mặc dù sống lối sống giản dị và khổ hạnh nhưng Ngài vẫn thấy an lạc.[13]

Việc hướng dẫn và giảng dạy chiếm phần lớn thời gian trong ngày. Thêm vào đó, nhiều người thường xuyên đến tham vấn với Ngài về nhiều vấn đề khác nhau nên đôi lúc Đức Phật thấy cần có khoảng thời gian một mình. Nhiều lần, Phật bảo Tôn giả Ananda rằng, Ngài sẽ nhập thất và chỉ những người thị giả chăm lo việc cơm nước cho Ngài mới được đến gặp Ngài mà thôi.[14] Những lúc đó, nhóm người chỉ trích Phật tuyên bố rằng lý do mà Phật nhập thất là vì Ngài không thể trả lời các câu hỏi của mọi người, và Phật muốn né tránh các cuộc tranh luận công khai. Du sĩ Nigrodha (Ni-Câu-Luật) đã nói về Đức Phật: "Trí tuệ của Sa môn Gotama bị hư hoại vì sống với cuộc sống cô độc, Sa môn Gotama không giỏi điều khiển một hội chúng, không đủ sức để đối thoại và chỉ đề cập đến những vấn đề ngoại biên."[15] Nhưng Đức Phật vẫn thường luôn có mặt mỗi khi có ai cần sự khuyên giải, động viên và hướng dẫn của Ngài trên con đường thực hành Pháp. Thật vậy, điểm thu hút và dễ dàng nhận thấy nhất nơi tính cách của Đức Phật là lòng từ bi, cùng tình thương lớn mà Ngài dành đến mọi loài, dường như chính những phẩm chất này là nguồn động lực cho mọi việc Ngài làm. Đức Phật đã từng tuyên bố rằng:

"Như Lai hoặc các đệ tử của Như Lai an trú ở đời chính là vì lợi lạc cho nhiều người, vì hạnh phúc cho số đông và vì lòng thương tưởng cho thế giới."[16]

BẬC THẦY CỦA TRỜI VÀ NGƯỜI

Một thông điệp dù cho hợp lý hay đúng đắn đến đâu đều chỉ là vô dụng nếu chúng không thể truyền đạt được cho người khác. Nơi Giáo Pháp, chúng ta có một lời dạy hoàn hảo; và nơi Đức Phật, chúng ta lại có một vị Thầy lý tưởng. Khi cả hai yếu tố trên kết hợp lại thì cũng có nghĩa là chỉ một thời gian ngắn sau lần đầu tiên được Đức Phật tuyên thuyết, Giáo Pháp đã trở nên vô cùng phổ biến. Thế Tôn là bậc Thầy tâm linh đầu tiên muốn truyền dạy Giáo Pháp của mình cho toàn thể nhân loại, và là người đã có những nỗ lực cụ thể trong việc thực hiện điều đó. Đức Phật được xem là bậc Thầy đầu tiên mang lý tưởng phổ độ. Ngài đã dạy nhóm đệ tử đầu tiên của mình lên đường đi truyền bá cho Giáo Pháp được lan thật xa và rộng rãi.

"Này các thầy Tỳ Khưu, các thầy hãy cất bước du hành vì lợi lạc của nhiều người, vì hạnh phúc của nhiều người, vì lòng thương xót đối với thế gian, vì lợi lạc, vì hạnh phúc của chư Thiên và loài người. Các thầy hãy đi, nhưng đừng đi hai người cùng một hướng. Hãy truyền bá chánh pháp toàn hảo ở đoạn đầu, toàn hảo ở đoạn giữa, và toàn hảo ở đoạn kết. Hãy tuyên bố về sự thành tựu cả về văn tự và ý nghĩa của đời sống Phạm hạnh, thanh tịnh một cách trọn vẹn và đầy đủ."[1]

Ngài cũng vì mong rằng sau khi Ngài nhập Niết Bàn, Giáo Pháp vẫn sẽ được tiếp tục lan truyền, nên đã dạy chúng đệ tử xuất gia và tại gia rằng:

"Ta sẽ không diệt độ cho đến khi nào những Tỳ Khưu, Tỳ Khưu ni, nam cư sĩ và nữ cư sĩ của ta đã trở thành những đệ tử chơn chánh, sáng suốt, sẵn sàng, đa văn, thuần thục nơi các Pháp từ nhỏ đến lớn và có đức hạnh; đến lúc nào sau khi tự mình học hỏi giáo lý, họ đã có thể tuyên bố, diễn giảng, trình bày, xác định, khai minh, phân tách và giải thích rõ ràng Chánh pháp cho người khác; đến khi nào có tà đạo khởi lên, đã có thể chất vấn và hàng phục một cách khéo léo, có thể truyền bá Chánh pháp một cách thần diệu. Ta sẽ không diệt độ cho đến khi nào phạm hạnh do ta giảng dạy được thành tựu, nhiều người chứng đạt, không bị xem thường và trở nên phổ biến; đến khi chúng được khéo giảng dạy cho cả chư thiên và loài người."[2]

Động lực để Đức Phật tuyên thuyết Giáo Pháp chính là lòng từ bi. Ngài từng nói: "Những gì mà một vị thầy cần làm, vì lòng lân mẫn và lợi ích cho học trò của mình, ta đều đã làm xong."[3] Ngài thấy con người bị chế ngự bởi lòng tham, chịu thống khổ bởi lòng thù hận và bị khiến cho lạc lối bởi sự si mê của họ. Ngài cũng biết rằng nếu họ được nghe Giáo Pháp và thực hành chúng thì họ có thể trở nên hạnh phúc, đoan chánh và tự do. Lòng từ bi đó đã khiến Đức Phật trở thành một bậc Thầy không biết mệt mỏi và đầy thiện xảo. Tìm hiểu các phương pháp hướng dẫn của Ngài không chỉ giúp chúng ta trong nỗ lực truyền bá Chánh Pháp cho mọi người mà còn làm sâu sắc thêm lòng tri ân của chúng ta đối với đấng tối thắng về từ bi và trí tuệ này.

Đức Phật sẽ đến với mỗi người tùy vào nhu cầu và nhân duyên của họ. Nhìn chung thì những người có thiện tâm sẽ tìm tới gặp Ngài, trong khi Ngài sẽ đi đến để gặp những người xấu ác hoặc những người đang gặp phải hoạn nạn. Trong cả hai trường hợp, Ngài sẽ bắt đầu bằng những bài Pháp theo tuần tự (anupubbikatha), đó là những bài Pháp về "sự bố thí, trì giới, các cõi trời, về những nguy hiểm của tham dục và lợi ích của việc từ bỏ chúng."[4] Qua đó, Đức Phật sẽ biết mức độ tâm thức và khả năng tiếp thu của người nghe. Nếu sự phản hồi là tốt, thì khi đó Ngài sẽ "thuyết cho vị ấy Giáo Pháp duy nhất đưa đến giác ngộ: khổ, nguyên nhân của khổ, sự vắng mặt của khổ và con đường dẫn đến sự vắng mặt của khổ."

Thường thì khi nói chuyện với các hội chúng hoặc cá nhân, Đức Phật sẽ cho một bài pháp thoại hoặc tham vấn, hỏi và trả lời các câu hỏi. Những người sau khi gặp và nói chuyện trực tiếp với đức Thế Tôn đều cảm nhận nơi Ngài "sự thân thiện, lời nói thân ái, tao nhã, ân cần, rõ ràng và sẵn sàng nói chuyện."[5] Khi đối mặt với những người quá chấp chặt vào quan điểm của bản thân, mà Ngài biết rằng mình sẽ không thể khiến những người ấy thay đổi, thì Ngài sẽ đề nghị nói về những điểm mà đôi bên có sự đồng thuận, để tránh những tranh luận vô ích. Những lúc như vậy Ngài sẽ nói: "Những điều này hiện chúng ta không có cùng quan điểm, do đó, hãy đặt chúng sang một bên. Về những điều mà chúng ta cùng đồng ý, hãy tiếp tục và nói về nó."[6] Đôi lần thay vì nói về Giáo Pháp của mình, Ngài sẽ mời người đối diện giải thích về giáo lý của họ trước. Tại thời điểm mà thái độ đố kỵ cùng sự cạnh tranh giữa các giáo phái vô cùng gay gắt, thì sự công tâm của Đức Phật thường khiến người khác ngạc nhiên. Có lần một hội chúng các vị du sĩ gặp Đức Phật, và vị lãnh đạo của hội chúng đó mong Thế Tôn giải thích Giáo Pháp của Ngài cho họ nghe. Đức Phật đã nói với họ rằng: "Tốt hơn là hãy nói cho tôi về giáo lý của các ông." Những vị du sĩ ấy tỏ vẻ ngạc nhiên và nói với nhau: "Thật là kỳ diệu, thật là hy hữu, thật là cao thượng khi Sa môn Gotama không đề cập đến giáo lý của mình, lại đề nghị thảo luận giáo lý của người khác."[7] Khi mọi người hỏi một câu hỏi đặc biệt phù hợp hay xác đáng, thì Ngài sẽ khen ngợi họ, qua đó khuyến khích sự thảo luận, đặt câu hỏi và tìm hiểu. Khi Bhadda hỏi một câu hỏi như vậy, Đức Phật đã đáp lại rằng: "Nói đúng lắm! Nói đúng lắm này Bhadda! Lành thay là sự hiểu biết của bạn. Lành thay là trí tuệ của bạn."[8]

Tranh luận là một nét rất phổ biến của đời sống tôn giáo ở Ấn Độ thời cổ đại, và những đám đông sẽ tụ tập để nghe những người tham gia đứng ra tranh luận, nhằm bảo vệ học thuyết của chính họ, trước sự chất vấn của những người phản đối hoặc các nhà phê bình. Đôi lúc cuộc tranh luận sẽ trở nên khá gay gắt, khi một bên cố gắng chế giễu hoặc la thét, nhằm át lời của bên đối lập. Bởi vì niềm kiêu hãnh cùng danh tiếng của những người tham gia tranh luận được mang ra đặt cược, nên đôi khi họ xử dụng các mánh khóe để giành thắng lợi, hoặc ít nhất là gây được ấn tượng chiến thắng. Có một Thầy Tỳ Khưu tên Hatthaka từng rất thích tranh luận, nhưng rồi thầy ấy gặp phải nhiều lần thua cuộc. Sau mỗi lần như vậy, Thầy Hatthaka sẽ hẹn lại đối thủ vào một thời điểm cụ thể, rồi thầy ấy đến nơi hẹn vài giờ trước đó và khoác lác với những người hâm mộ của mình rằng, đối thủ vì quá sợ hãi mà không dám đối đầu với Thầy ấy.[9] Có lẽ vì những lý do này mà trong khoảng thời gian đầu, Đức Phật đã luôn tránh những cuộc tranh luận như vậy.[10]

Nhưng dần dần khi Giáo Pháp của Ngài trở nên phổ biến hơn và bắt đầu vấp phải sự thách thức, hoặc xuyên tạc bởi những hành giả thuộc các giáo phái khác, Ngài bắt đầu tranh luận thường xuyên hơn. Trên thực tế, Ngài sớm được công nhận là nhà tranh luận đáng thuyết phục nhất của thời bấy giờ. Có một số quy tắc chi phối việc tiến hành các cuộc tranh luận, Đức Phật là người luôn tuân thủ các quy tắc này và mong muốn người khác cũng tuân theo chúng. Khi một chàng trai trẻ, Canki liên tiếp nói chen vào khi Đức Phật đang tranh luận với một số Brahmin uyên bác, Ngài quay sang và nói một cách chắc chắn: "Yên lặng, này Canki! Đừng ngắt lời khi chúng tôi đang nói."[11] Nếu khi được hỏi một câu hỏi đến lần thứ ba mà một người vẫn không thể trả lời, thì Đức Phật sẽ khẳng định rằng họ thừa nhận thất bại theo đúng quy tắc.[12] Có lần Ngài hỏi một vị khổ hạnh rằng, vị ấy có tin chắc vào quan điểm mà ông đang nắm giữ không, vị khổ hạnh trả lời rằng: "Tôi tin điều đó và tất cả những người này cũng vậy", vừa nói ông vừa đưa tay chỉ về hội chúng đông đảo đang lắng nghe. Khi ấy Đức Phật đã tuyên bố rằng: "Những gì họ tin không phải là vấn đề. Vấn đề nằm ở chỗ liệu đó có phải là quan điểm của ông không?"[13] Nhưng cố nhiên điều Đức Phật đang hướng đến không phải là đánh bại những người phản đối Ngài, mà là giúp họ hiểu vấn đề một cách rõ ràng hơn. Với mục tiêu như vậy, Ngài thường sử dụng một cách thức mà thường được gọi là phương pháp Socrates. Người ta gọi như vậy vì ở phương Tây, nhà triết học Hy Lạp Socrates là người đầu tiên sử dụng chúng, thông qua việc ông đặt những câu hỏi rõ ràng hơn, như một phương tiện dẫn dắt mọi người đến một cái nhìn trọn vẹn, hoặc để chứng minh cho một quan điểm. Ví dụ như, một lần trong một cuộc thảo luận, có Brahmin tên là Sonadanda (Chủng-Đức) đã tuyên bố: "Một Brahmin chân chánh là người có huyết thống thuần tịnh, thông hiểu kinh điển, sắc da thù thắng, là người đức hạnh, học rộng và tinh thông các tế lễ." Đức Phật hỏi lại vị ấy: "Liệu một người thiếu một trong những phẩm chất trên, nhưng vẫn được xem là một Brahmin không?" Sonadanda suy nghĩ một lúc rồi thừa nhận rằng, một người có nước da ngăm đen vẫn có thể là một Brahmin. Tiếp tục đặt những câu hỏi tương tự,

Đức Phật đã đưa Sonadanda đến cùng một quan điểm với Ngài rằng, đó không phải là huyết thống, kiến thức, sắc da hay địa vị xã hội khiến cho một người vượt trội, mà là đức hạnh và trí tuệ.[14]

Hài hước đóng một phần quan trọng đối với sức khỏe tinh thần, cũng như sự hiệu quả của việc giao tiếp. Do đó, không hề ngạc nhiên khi thấy Đức Phật đôi khi cũng có phần hài hước trong những bài giảng của mình. Lời dạy của Ngài chứa đủ những cách chơi chữ đầy thông minh, những câu chuyện thú vị và khá nhiều sự châm biếm. Sau khi Vua Ajatasattu giết hại cha mình, và bắt đầu trở nên nghi ngờ con trai mình cũng có thể đang âm mưu việc tương tự, ông bắt đầu nhận ra rằng, hoa trái của những tham vọng trần tục có thể rất cay đắng, và đi tìm sự chỉ dẫn từ Đức Phật. Vua hỏi: "Thưa Thế Tôn, Ngài có thể nói cho con về bất kỳ sự lợi lạc nào của việc xuất gia mà có thể thấy ngay ở đây và lúc này không?" Đức Phật đã trả lời bằng cách hỏi lại vua: "Nếu Đại vương có một người hầu bỏ trốn, rồi người ấy trở thành một vị xuất gia, thì sau khi tìm ra nơi ở của người ấy, liệu đại vương có bắt giữ và đưa về không?" "Chắc chắn là không", nhà vua trả lời, "ngược lại, con sẽ đứng dậy trước vị ấy, kính lễ và xin được cúng dường những gì vị ấy cần." "Vậy thì", Đức Phật nói, "đó chính là một trong những lợi ích của việc xuất gia, mà có thể được nhìn thấy ở đây và lúc này."[15] Mục đích của sự hài hước trong câu trả lời hẳn nhiên là nhằm xóa tan tâm trạng u sầu nơi Ajatasattu và giúp ông cảm thấy thoải mái, để có thể tiếp nhận một câu trả lời trọn vẹn và quan trọng mà Đức Phật sắp chia sẻ. Hoàn toàn với thiện tâm, Đức Phật thường chọc vui trước thái độ tự phụ của các Brahmin, cùng những điểm vô lý trong niềm tin của họ. Khi họ tuyên bố rằng họ vượt trội hơn so với những người khác, vì họ là những người được sinh ra từ miệng của Phạm Thiên, thì

Đức Phật sẽ bình luận rằng: "Nhưng ông cũng được sinh ra từ tử cung của mẹ mình giống như bao nhiêu người khác thôi."[16] Ngài kể về những câu chuyện, trong đó miêu tả vị Đại Phạm Thiên toàn tri của các Brahmin cảm thấy xấu hổ và không một chút khó chịu, khi được hỏi một câu hỏi mà vị ấy không thể trả lời."[17] Khi các Brahmin tuyên bố rằng, họ có thể rửa sạch tội lỗi của mình bằng cách tắm trong dòng nước của những con sông linh thiêng, thì Đức Phật nói đùa với họ rằng, nước ấy cũng có thể rửa trôi những phước lành của họ.

Một đặc điểm khác trong phương pháp giảng dạy của Đức Phật, là việc sử dụng các ví dụ và ẩn dụ. Dựa trên sự quan tâm cùng những hiểu biết sâu rộng về thế giới, Ngài đã sử dụng vô cùng phong phú những ví dụ và ẩn dụ để làm rõ những lời dạy của mình, cũng như khiến chúng dễ nhớ hơn. Tỷ như Ngài đã so sánh một người không thực hành theo những Pháp mà mình tuyên thuyết, giống như một bông hoa đẹp mà không có hương thơm.[18] Đức Phật dạy, chúng ta nên thế chỗ những suy nghĩ tiêu cực bằng những suy nghĩ tích cực, giống như một người thợ mộc đánh bật một cái chốt ra khỏi cái lỗ, bằng một cái chốt thứ hai.[19] Ngài còn khéo léo sử dụng bất cứ thứ gì trong tay, để thể hiện quan điểm hoặc làm nổi bật hay làm rõ ý của mình. Vương tử Abhaya (Vô-Úy) từng hỏi Đức Phật rằng, Ngài có từng nói bất cứ lời gì khiến người nghe cảm thấy không vui. Lúc đó hoàng tử đang bế cậu con trai bé bỏng trên đầu gối. Đức Phật đã nhìn đứa bé và nói: "Nếu con trai của vương tử cho một hòn đá vào miệng thì Ngài sẽ làm gì?" Hoàng tử Abhaya thưa rằng: "Con sẽ lập tức lấy nó ra, ngay cả khi con phải làm tổn thương con của mình. Và tại sao? Bởi vì nó có thể là mối nguy hiểm cho con của con và con có lòng thương tưởng đứa trẻ." Sau đó Đức Phật giải thích rằng, đôi khi Ngài sẽ nói những điều mà người ấy đang cần có người chỉ điểm cho, nhưng lại không thích khi được nghe, tuy nhiên động lực của Ngài luôn là từ lòng thương tưởng đối với người đó.[20]

Thêm một đặc điểm về sự thiện xảo trong cách hướng dẫn của Đức Phật, đó là khả năng đưa một ý nghĩa mới hoặc thiết thực vào những tư tưởng, hoặc sự thực tập đã cũ cùng với việc diễn giải lại sự việc, để khiến cho chúng trở nên thích hợp. Khi có người hỏi Thế Tôn rằng điềm lành tối thượng là gì, thay vì đề cập đến những bùa phép hay thần chú khác nhau như người ấy mong đợi, Đức Phật đã dạy rằng chính hành động với sự chân thật, thân ái và chính trực sẽ mang đến điềm lành cho vị đó. Cũng có lần người ta chất vấn và cho rằng sự giảng dạy của Ngài hướng về sự hủy diệt và Ngài đã đồng ý với họ. Rồi sau đó Ngài đã khiến cho người nghe hiểu đúng câu trả lời của mình với lời giải thích rằng, Ngài dạy về sự hủy diệt của tham lam, thù hận và si mê.[21] Đức Phật cũng dùng các thuật ngữ như Brahmin và hạ liệt (vasala), nhưng không phải theo cách những người ủng hộ chế độ đẳng cấp sử dụng, mà để chỉ cho việc có hay thiếu đi đức hạnh của một người.[22]

Trong khi một số tôn giáo chỉ cần có lòng tin để được cứu rỗi, thì với Phật Giáo, Niết Bàn chỉ có thể đạt được thông qua trí tuệ. Do vậy, những người tìm đến nghe Đức Phật thuyết Pháp và trở thành học trò của Ngài thường là những người nam, nữ cư sĩ được tiếp thu sự giáo dục tốt, và là tầng lớp trí thức của thời bấy giờ. Nói về Giáo Pháp, Đức Thế Tôn đã dạy rằng, "cần phải được bậc trí tự mình chứng ngộ (paccattam veditabho vinnuhi)."[23] Nhưng điều đó không có nghĩa là Đức Phật không có gì để hướng dẫn cho người căn cơ thấp. Trái lại, với sự khéo léo và sáng tạo của mình, Ngài có thể khiến cho những bài Pháp trở nên dễ hiểu, cho tất cả mọi người có khả năng thông hiểu khác nhau, thậm chí là trẻ em. Kết quả là mọi người thuộc mọi tầng lớp, đã trở thành học trò của Đức Phật. Ngài đã thành công đến mức khiến cho một số vị giáo chủ ngoại đạo, buộc tội Ngài dùng huyễn thuật để lôi cuốn những đệ tử của họ.[24]

Lòng từ bi chính là động lực của Đức Phật trong việc trao truyền chánh Pháp và vì lòng từ bi nơi Ngài là không giới hạn, nên Ngài chưa bao giờ mỏi mệt trong nỗ lực tuyên bày hay giảng giải chúng đến cho mọi người. Chỉ vài tháng trước khi nhập Niết Bàn, Ngài đã dạy chúng đệ tử rằng:

"Có vài người cho rằng, khi một thiếu niên còn trong tuổi thanh xuân, trí tuệ người ấy vô cùng sáng suốt, nhưng khi người ấy già đi thì trí tuệ ấy dần bị hư hoại. Như vậy là không đúng. Ta nay đã dần yếu, lớn tuổi, già đi, đã đến tuổi trưởng thượng, đang đi đến đoạn cuối cuộc đời và đã đến tám mươi. Ví như ở đây Ta có bốn vị đệ tử đã sống một trăm tuổi, và lúc ấy, nếu những vị này hỏi Ta những câu hỏi về bốn nền tảng của Chánh Niệm, trừ những khi họ ăn, uống, đi vệ sinh hay ngủ nghỉ thì dẫu vậy, sự thuyết pháp của Ta cũng chưa hoàn tất. Dù các Thầy có phải gánh Ta trên giường đi chỗ này chỗ kia, thì trí tuệ biện tài của Như Lai cũng không có gì thay đổi. Những ai nói về Ta một cách chân chánh sẽ nói như sau: "Một con người không bị si chi phối, đã sanh ra ở đời vì lợi ích của số đông, vì an lạc của số đông, vì lòng thương tưởng cho đời, vì lợi ích và an lạc của chư Thiên và loài Người."[25]

Trọn cuộc đời Ngài đã sống hoàn toàn đúng như vậy. Đến tận giây phút trước lúc Thế Tôn nhập Niết Bàn, một người đàn ông với một mối nghi vấn đã tiến đến gần mong được hỏi Ngài. Thầy Ananda cùng các vị đệ tử khác của

Đức Phật khi ấy đã ngăn anh ta lại nói rằng, Đức Phật đang mệt mỏi và rất yếu, nhưng Ngài trông thấy và đã ra hiệu gọi người ấy tới trước mình và trả lời câu hỏi của anh ta.26 Món quà tuyệt vời mà Đức Phật dành cho nhân loại chính là chân lý và lòng từ bi, là nguồn động lực để Ngài trao tặng nó đến tất cả những ai sẵn sàng đón nhận.

TĂNG CHÚNG VÀ NI CHÚNG

Suốt nhiều thế kỷ, tôn giáo ở Ấn Độ đã bị chia rẽ giữa hai phong trào đối lập, truyền thống Brahmin chính thống và truyền thống không chính thống (samana) (sa-môn). Các Brahmin dạy rằng, một người sẽ được cứu rỗi nếu anh ta là một người con và người cha tốt, cùng với việc chí thành thực hiện một số lễ nghi nhất định. Bản thân những Brahmin đó là những người đã lập gia đình và thường là có nhiều vợ. Họ là những người thông thạo những kiến thức về thần học cũng như thế tục, nuôi sống bản thân cùng gia đình nhờ vào các khoản thù lao họ nhận được, qua việc thực hiện các nghi lễ được xem là cần thiết cho sự thịnh vượng của kiếp sống này và sanh thiên sau khi mãn phần. Trong khi đó, truyền thống samana lại hướng dẫn rằng sự cứu rỗi, chỉ có thể đạt được bằng cách thấu hiểu và chuyển hóa tâm thức. Để hỗ trợ cho quá trình này thì việc từ bỏ trách nhiệm gia đình và xã hội được coi là hữu ích, vì điều đó giúp giải phóng người ấy khỏi những phiền nhiễu không cần thiết. Trải nghiệm nhiều cách thực tập yoga và thiền định khác nhau, cùng với việc hành xác đều rất phổ biến trong truyền thống ấy. Đại diện cho truyền thống này là những hành giả khổ hạnh (samana, paribbajaka, muni, tapasa, v.v.) những người sống một mình hay thành các nhóm nhỏ, ở sâu trong rừng rậm và các hang động trên núi cao, cách xa xã hội cùng những quy ước của nó. Trong khi một số hành giả đi về hướng lõa thể thì hầu hết chọn cách mặc những y phục đơn giản mà thường được nhuộm vàng, một màu sắc giúp biểu hiện người mặc là những người đã từ bỏ thế tục. Ở Ấn Độ, màu vàng tượng trưng cho cái chết hoặc sự từ bỏ, bởi vì trước khi một chiếc lá sẽ ngả vàng trước khi nó lìa cành. Khi Thái tử Siddhartha từ bỏ thế tục, Ngài dường như đã mặc định cho rằng con đường khổ hạnh sẽ dẫn Ngài ấy đến chân lý hơn là con đường của các Brahmin.

Sau khi thành đạo, Đức Phật nhận thấy cần phải có một hội chúng các vị đồng phạm hạnh, với chí nguyện giúp chúng sanh cùng giác ngộ, và cũng để trao truyền chánh Pháp xuyên suốt không gian và thời gian. Do đó, cũng giống như các vị Đạo sư khác, Ngài đã thành lập một cộng đồng các Thầy Tỳ Khưu (bhikkhu sangha), một đoàn thể lý tự trị hợp pháp với các điều luật và quy định riêng. Đức Phật đã thay đổi cách tổ chức và các điều luật của Tăng đoàn khi các tình huống mới xuất hiện và chúng ta thấy được một bức tranh về sự dần phát triển này trong Vinaya Pitaka (Tạng Luật). Trải qua nhiều thế kỷ, trong khi nhiều đế chế vĩ đại đến và đi, Tăng đoàn vẫn tồn tại và phát triển mạnh mẽ, giữ vai trò như là một nhân chứng thầm lặng cho cách mà Giáo Pháp cần được thực hành, và cũng như là một phương tiện giúp truyền bá nền văn minh khắp Châu Á.

Để trở thành một Sa-di (samanera) trong đoàn thể Tỳ Khưu, tất cả những gì người ấy cần làm, là tới trước một vị Thầy ít nhất mười tuổi hạ, để thỉnh cầu được chấp thuận. Thường thì nhận thức đưa đến quyết định từ bỏ cuộc sống thế tục là kết quả phát xuất từ việc nghe được những lời dạy của Đức Phật, đã được diễn tả như sau:

"Đời sống gia đình bị trói buộc và đầy những bụi bặm, rời khỏi chúng là sự tự do phóng khoáng. Thật rất khó cho một người sống ở gia đình, có thể sống theo phạm hạnh hoàn toàn đầy đủ, hoàn toàn thanh tịnh, trắng bạch như vỏ ốc. Vậy ta nên cạo bỏ râu tóc, khoác áo cà sa, từ bỏ gia đình và sống đời sống không nhà."[1]

Sau khi vị Giới tử được xuống tóc và khoác lên mình tấm y, thì chú ấy phải sống và gìn giữ mười giới. Đức Phật đã cho phép ngay đến những chú bé nhỏ tuổi, cũng có thể xuất gia làm Sa di, và vị Sa di ấy sau khi được hướng dẫn đầy đủ và ít nhất 20 tuổi, chú ấy có thể thọ nhận giới Cụ túc (upasampada) và trở thành một vị Tỳ Khưu (Bhikkhu). Để thực hiện việc này, chú Sa di sẽ phải đến trước một hội đồng, gồm ít nhất mười vị Tỳ Khưu đủ mười tuổi hạ trở lên, với sự hiểu biết và giới hạnh của họ được mọi người kính trọng. Giới tử sau đó sẽ được hỏi mười một câu hỏi, để qua đó xác định sự phù hợp, động cơ và sự sẵn sàng của người ấy.

1. Chú có phải không mang trong mình các bệnh tật?

2. Chú có phải là loài người không?

3. Chú có phải là người nam không?

4. Chú có phải là người tự do không?

5. Chú có phải đang không mang nợ?

6. Chú có đang mang nghĩa vụ gì đối với nhà vua không?

7. Chú có được sự cho phép của bố mẹ không?

8. Chú có đủ ít nhất hai mươi tuổi chưa?

9. Chú có y và bát không?

10. Tên chú là gì?

11. Tên của Thầy chú là gì?

Nếu Giới tử trả lời thỏa đáng những câu hỏi trên và sau khi thỉnh cầu được phép thọ giới lớn ba lần mà không có Thầy nào phản đối thì vị ấy sẽ được xem là một Thầy Tỳ Khưu.

Các Tu sĩ Phật Giáo, tự mình cũng như được mọi người xem là những người con trai dòng họ Thích Ca (Sakyaputta).

Mỗi vị Tỳ Khưu đều có thể dùng những vật dụng chung của đại chúng, nhưng cá nhân vị ấy thì chỉ có thể sở hữu tám vật dụng cần thiết (atthapirika). Tám món ấy là:

1. Một tấm y ngoài (civara),
2. Một tấm y trong,
3. Một tấm y dày cho mùa Đông,
4. Một bình bát dùng khi đi khất thực,
5. Một đồ cạo râu,
6. Một cây kim cùng chỉ,
7. Một sợi dây lưng,
8. Một dụng cụ dùng để lọc nước cũng như loại bỏ các sinh vật nhỏ bé trong đó.

Một vị Tỳ Khưu sẽ luôn mang theo những vật trên trong những chuyến du hành của họ, cũng như "con chim bay đến nơi nào cũng mang theo hai cánh."[2]

Nếu có người muốn cúng dường đến một vị Tỳ Khưu, thì Thầy ấy chỉ có thể nhận lấy thức ăn hoặc những thứ nằm trong tám vật dụng ở trên, còn những thứ khác như đất đai, nhà cửa, vải vóc hoặc ngũ cốc, v.v... chỉ có thể được chấp nhận trên danh nghĩa đại diện cho đại chúng, và những vật ấy do vậy sẽ trở thành tài sản chung. Một khi đã trở thành một vị Tỳ Khưu thì người ấy buộc phải tuân theo Patimokkha (Giới Bổn), gồm hai trăm hai mươi bảy điều giới quy định sự kỷ luật và hoạt động của Tăng đoàn. Các điều giới được chia thành tám nhóm dựa theo những hình phạt cần thiết khi giới bị vi phạm. Nhóm quan trọng nhất chính là bốn giới Parajika (Ba-la-di) mà nếu một vị Tỳ Khưu phạm phải thì tự khắc người ấy sẽ bị tẩn xuất khỏi Tăng đoàn và không thể xuất gia lại được. Bốn điều ấy là:

1. Hành dâm,
2. Trộm cắp,
3. Giết hại,

4. Nói dối rằng mình có thần thông hoặc chứng đắc các quả thánh.

Từ parajika mang nghĩa đen là "thất bại" chỉ cho người phá vỡ bất kỳ học giới nào trong nhóm này chính là đã bị đánh bại bởi tham dục, sân hận hoặc niềm kiêu hãnh của người ấy. Các điều giới quan trọng khác đó là mười ba giới Sanghadisesa (Tăng-Già-Bà-Thi-Sa), nếu vi phạm, cần phải phát lộ và Nissaggiya Pacittiya (Ni-Tát-Kỳ Ba-Dật-Đề); ba mươi giới liên quan đến việc sở hữu, nếu vi phạm sẽ bị trừng phạt bằng cách tịch thu những vật ấy. Những giới khác quy định về những uy nghi, giải quyết các tranh cãi và cách vận hành Tăng đoàn. Bởi vì tất cả những điều giới hiện được ghi lại trong Vinaya Pitaka này, có mục đích nhằm duy trì tính kỷ luật và giải quyết các vấn đề vốn luôn phát sinh khi mọi người sống với nhau, nên chúng không phải là tuyệt đối. Đức Phật dạy rằng chúng có thể được thay thế hoặc sửa đổi cho phù hợp với hoàn cảnh. Trước khi nhập đại Niết Bàn, Ngài dạy các Thầy Tỳ Khưu rằng: "Nếu các thầy muốn, chúng Tăng có thể hủy bỏ những học giới nhỏ nhặt chi tiết sau khi ta diệt độ."[3]

Giống như tất cả những hành giả khổ hạnh thời đó, các tu sĩ Phật Giáo dành phần nhiều thời gian để du hành từ nơi này sang nơi khác. Việc này đã cho các vị ấy có dịp gặp gỡ và chia sẻ Giáo Pháp với nhiều người cũng như đảm bảo rằng các Thầy sẽ không thể tích lũy tài sản. Tuy nhiên một trong những điều luật của các Thầy Tỳ Khưu đó, là họ phải an cư tại một địa điểm trong ba tháng của mùa mưa (vassa). Khoảng thời gian an cư này là rất cần thiết, bởi ngoài sự thật rằng việc đi lại trong mùa mưa khá khó khăn, thì các Thầy Tỳ Khưu đã tận dụng chúng như một cơ hội cho việc chuyên chú thực tập thiền định. Số lần trải qua những kỳ tu tập miên mật như vậy sẽ đánh dấu sự trưởng thành và kinh nghiệm của vị ấy và vì lẽ đó, ngày nay khi các Thầy gặp mặt họ sẽ hỏi nhau: "Thầy đã trải qua bao nhiêu mùa mưa (vassa) rồi?"

Để duy trì kỷ luật và khuyến khích các giá trị chung của Tăng đoàn, thì việc sinh hoạt tập thể với sự tham dự của tất cả mọi người, là yếu tố cần thiết đối với các Thầy Tỳ Khưu. Một số khu vực được gọi là giới trường (sima) với ranh giới đã được phân định, và tất cả các Thầy sống trong khu vực đó sẽ tụ tập với nhau hai lần mỗi tháng, cuộc gặp mặt này được gọi là Uposatha (Bố-tát-trai-giới). Trong Uposatha, Patimokkha sẽ được tụng đọc, những lỗi phạm giới sẽ được phát lộ và những hình phạt tương xứng sẽ được đưa ra. Bên cạnh việc thảo luận các vấn đề mà đại chúng đã cũng như đang gặp phải, thì cố nhiên quý Thầy cũng sẽ bàn luận về Giáo Pháp nữa. Nếu cần phải đưa ra những quyết định, thì mỗi Thầy Tỳ Khưu đều có thể nói lên ý kiến của mình và có quyền biểu quyết cho các quyết định ấy. Lễ uposatha đã đóng một vai trò quan trọng trong việc tái khẳng định sự hòa hợp thống nhất của Tăng già, thắt chặt tình huynh đệ và nhất là trong việc gìn giữ và trao truyền chánh Pháp.

Tăng đoàn ban đầu chưa có Ni chúng, nhưng khi Giáo Pháp trở nên phổ biến rộng rãi hơn, thì phụ nữ cũng dần mong muốn được sống đời sống xuất sĩ. Trong một lần Đức Phật viếng thăm Kapilavatthu, ngay sau khi vua cha Ngài băng hà, bà Maha Pajapati Gotami-mẹ nuôi của Ngài đã đến trước Thế Tôn và xin được xuất gia. Đức Phật lúc ấy đã từ chối và bà Maha Pajapati Gotami rời đi trong nước mắt. Sau khi Đức Phật đi khỏi Kapilavatthu để đến Vesali, bà đã tự cạo tóc, khoác lên mình tấm y vàng và lên đường hướng tới Vesali. Bà đến nơi với thân mình lấm lem bụi đất, đôi chân sưng phù đầy vết đá cắt và những giọt nước mắt lăn dài trên má. Bà xin Tôn giả Ananda cho bà gặp Đức Phật để một lần nữa xin được phép xuất gia và một lần nữa Thế Tôn lại từ chối. Thầy thị giả khi ấy thấy thương cảm và quyết định cầu xin giúp cho bà. Thoạt tiên Thầy ấy hỏi Đức Phật rằng liệu người nữ có khả năng tâm linh như người nam không. Đức Phật trả lời:

"Người nữ từ bỏ gia đình, sống đời sống không nhà, theo khuôn khổ Giáo Pháp và giới luật mà đức Như Lai tuyên thuyết, có khả năng đạt được Thánh quả Tu-đà-hoàn (Sotapanna), Tư-đà-hàm (Sakadagami), A-na-hàm (Anagami) và A-la-hán (Arahant)."

Sau đó, Thầy Ananda thỉnh cầu Đức Phật xem xét việc người mẹ nuôi đã hết lòng quan tâm chăm sóc Ngài.

"Bạch Đức Thế Tôn, vì người nữ cũng có khả năng đạt các Thánh quả như người nam và di mẫu Maha Pajapati Gotami đã có công lớn đối với Đức Thế Tôn. Người vừa là dì ruột và vừa là mẹ nuôi. Người đã chăm Đức Thế Tôn bằng chính sữa của mình và nuôi dưỡng Ngài khi Mẫu hậu Ngài qua đời. Thế nên, bạch Đức Thế Tôn, lành thay nếu các người nữ được phép từ bỏ gia đình, sống đời sống không nhà, theo khuôn khổ Giáo Pháp và giới luật mà đức Như Lai tuyên thuyết."

Sau cùng, Đức Phật đã đồng ý với điều kiện rằng Ni chúng sẽ phải giữ thêm một vài điều luật. Các điều luật dành riêng cho Ni là:

1. Về mặt tôn trọng và cung kính, một Tỳ Khưu luôn được ưu tiên hơn một Tỳ Khưu Ni.

2. Tỳ Khưu Ni không nên an cư mùa mưa tại một trú xứ không có hội chúng Tỳ Khưu.*

---

*Trong nguyên tác thì điều thứ 2 này được tác giả viết là: "A nun must spend the rains retreat in a place separated from monks." Chúng con đã hỏi lại thì Sư xác nhận rằng đã có sự nhầm lẫn và câu ấy phải là: "A nun must not spend the rains retreat in a residence where there are no monks."

3. Tỳ Khưu Ni nên hỏi hội chúng Tỳ Khưu về ngày tiến hành lễ Uposatha và thỉnh cầu được nghe giáo giới.

4. Tỳ Khưu Ni phạm lỗi nên phát lộ trước cả hai hội chúng Tỳ Khưu và Tỳ Khưu Ni.

5. Tỳ Khưu Ni vi phạm tội nghiêm trọng nên thực hành hình phạt trước cả hai hội chúng.

6. Tỳ Khưu Ni phải được thọ giới lớn bởi cả hai hội chúng Tỳ Khưu và Tỳ Khưu Ni.

7. Tỳ Khưu Ni không được phép giềm pha hay mắng nhiếc Tỳ Khưu.

8. Tỳ Khưu Ni không được khuyên bảo Tỳ Khưu.

Bà Maha Pajapati Gotami chấp nhận các điều luật bổ sung này, và từ đó Ni chúng (bhikkhuni sangha) bắt đầu có mặt.[4]

Tuy nhiên, Đức Phật dường như cho rằng khi cả nam và nữ sống cùng nhau, thì việc gìn giữ nếp sống độc thân (brahmacariya), một khía cạnh quan trọng của đời sống xuất gia, sẽ rất khó khăn. Ngài sau đó đã nói rằng, vì bây giờ đã có cả Tăng và Ni, nên giới luật sống độc thân chỉ còn duy trì được 500 năm thôi. Điều thú vị là dự đoán của Ngài đã được chứng minh là khá chính xác. Vào thế kỷ 7 sau Tây lịch, một số nhóm tu sĩ bắt đầu kết hôn, điều đó dần trở thành một xu hướng và cùng với một số hoàn cảnh khác, cuối cùng đã dẫn đến sự suy tàn của Phật Giáo ở Ấn Độ. May mắn thay, ở hầu hết các quốc gia Phật Giáo, Tăng Ni tiếp tục thực hành lối sống không gia đình và duy trì các giá trị ban đầu của đời sống xuất gia.

HAI VỊ ĐẠI ĐỆ TỬ

Hai người mà sau này trở thành những vị đại đệ tử của Đức Phật, đều chào đời vào cùng một ngày tại hai ngôi làng liền kề, ở phía Bắc của thành phố Rajagaha. Người đầu tiên tên là Moggallana (Mục-kiền-liên), còn người thứ hai tên là Upatissa. Dù vậy, Upatissa luôn được gọi bằng cái tên Sariputta (Xá-lợi-phất) với ý nghĩa là "Con Trai của Sari", Sari là tên của mẹ ông. Hai cậu bé lớn lên cùng nhau và trở thành một đôi bạn thân thiết. Một ngày nọ, khi cả hai đều đã đến tuổi trưởng thành, họ đi đến Rajagaha để tham dự một lễ hội. Trong khi ngồi xem một vở kịch sân khấu, thì tâm trí của cả hai đều bị choáng ngộp bởi ý thức mạnh mẽ về sự vô thường của cuộc sống, và kết quả là cả hai quyết định xuất gia. Một trong những vị Thầy nổi tiếng nhất thời bấy giờ là Sanjaya Belatthiputta, và hai người thanh niên trẻ tuổi đã trở thành đệ tử của ông ta. Sanjaya nổi tiếng vì sự lảng tránh khi đối mặt với các câu hỏi và đối thủ thường gọi ông ta là một kẻ lươn lẹo (amaravikkhepikas).[1]

Moggallana và Sariputta sống cuộc đời lang thang khổ hạnh ở chỗ Sanjaya một vài năm, nhưng họ không thực sự mãn nguyện với những gì học được từ vị Thầy của mình. Sau một thời gian, họ quyết định chia ra mỗi người đi theo một con đường riêng, để tìm kiếm sự thật với lời hứa rằng, người đầu tiên tìm ra sự thật sẽ tìm và chia sẻ cho người còn lại. Một ngày nọ, khi Sariputta đang đi ngang qua Rajagaha, ông trông thấy một vị khất sĩ và vô cùng ấn tượng bởi những bước đi khoan thai, đĩnh đạc cùng với nét mặt tràn ngập sự an vui và định tĩnh. Tình cờ vị ấy là Thầy Assaji, một trong những người đệ tử của Đức Phật. Sariputta đã hỏi Thầy ấy:

"Ai là Thầy của Ngài?"

Và Thầy Assaji đáp:

"Này bạn, có một đại Sa môn, con trai của những người Sakya, xuất thân từ tộc Sakya. Tôi được xuất gia với với đấng Thế Tôn ấy. Thế Tôn chính là Thầy của tôi và tôi chấp nhận Giáo Pháp của vị ấy."

"Sư phụ của Thầy dạy Giáo Pháp gì? Ngài ấy hướng đến điều gì?"

"Này bạn, tôi là người mới, vừa xuất gia không bao lâu, mới đến với Pháp và Luật này. Tôi không thể thuyết giảng Giáo Pháp một cách chi tiết, tuy nhiên tôi sẽ nói cho bạn ý nghĩa một cách tóm tắt."

"Hãy như vậy, bạch Đại Đức, dù là nói ít hay là nói nhiều cũng xin hãy cho tôi biết bản chất của Pháp, tôi chỉ muốn biết điều căn bản. Không cần phải phân tích một cách chi tiết."

Vì vậy, Thầy Assaji nói:

"Pháp sanh lên do nhân, Như Lai giảng nhân ấy. Nhân diệt thời pháp diệt, Đại sa-môn nói vậy."

Khi Sariputta nghe được bài kệ trên liền lập tức chứng được Thánh quả Nhập Lưu, và lên đường ngay để tìm người bạn của mình là Moggallana. Khi hai người gặp nhau, Moggallana có thể nhận ra ngay có điều gì đó tuyệt vời đã xảy đến với bạn mình. "Bạn ơi, các căn của bạn nhuận tịnh và nước da bạn rạng rỡ và trong trẻo. Phải chăng bạn đã thấy được Pháp bất tử?" "Đúng vậy, này bạn, tôi đã thấy được Pháp Bất tử", Sariputta đáp. Anh kể cho bạn mình nghe về những gì đã xảy ra và cả hai quyết định đi tìm Đức Phật, để được nghe thêm Giáo Pháp từ chính kim khẩu của Ngài. Nhưng Moggallana vốn là người giàu lòng từ bi và thường nghĩ đến hạnh phúc của người khác trước khi nghĩ đến mình. Anh đã đề nghị trước khi đi gặp Thế Tôn, cả hai nên ghé đến chỗ đạo sĩ Sanjaya cùng chúng đệ tử của vị ấy, để chia sẻ với họ những gì hai người vừa mới phát hiện. Anh chắc rằng họ sẽ rất hoan hỷ khi được biết tin này. Nhưng việc xảy ra hoàn toàn không như dự tính, khi cả hai nói với đạo sĩ Sanjaya ý định muốn trở thành đệ tử của Đức Phật, thì ông ta tỏ ý khó chịu và cố gắng thay đổi ý định của họ. Thực tế thì ông lo lắng trước viễn cảnh đánh mất hai người đệ tử nổi tiếng về tay một người, mà ông coi như đối thủ. Lo lắng đến độ ông còn đề nghị nâng hai người lên ngang hàng với ông, cùng ông hướng dẫn hội chúng nếu cả hai đồng ý ở lại. Tuy nhiên Sariputta và Moggallana khi đó đã từ chối lời đề nghị này, rồi cùng với gần như tất cả số học trò của Sanjaya là hai trăm năm mươi người, rời khỏi nơi đó và đi tìm Đức Phật. Ngay khi trông thấy hai người khổ hạnh trẻ tuổi dẫn đầu hội chúng đang đi tới, Đức Phật biết rằng rồi đây họ sẽ trở thành những đệ tử có năng lực và đáng tin cậy nhất của Ngài. Thầy Moggallana giác ngộ chỉ bảy ngày sau khi xuất gia và hai tuần sau Thầy Sariputta cũng vậy.[2]

Với khả năng và thiên hướng của mình, Sariputta và Moggallana phát triển những năng lực rất khác biệt. Trong số tất cả những đệ tử của Đức Phật, Sariputta là vị có thể hiểu và giải thích Giáo Pháp một cách tốt nhất, và về phương diện này thì Thầy ấy chỉ đứng sau Đức Thế Tôn. Có lần Đức Phật nói với ông:

"Thầy là bậc trí tuệ, này Sariputta, cao cả và rộng lớn là trí tuệ của thầy, hân hoan và linh lợi là trí tuệ của thầy, sắc bén và tường tận là trí tuệ của thầy. Này Sariputta, cũng như người con trưởng của Vua Chuyển Luân, cai trị một cách chơn chánh giống như cha mình đã làm, cũng vậy, thầy chơn chánh chuyển xoay bánh xe Pháp như Ta đã thực hiện."[3]

Đức Phật đã dành cho Sariputta sự xem trọng như vậy, và Ngài đã tuyên bố rằng Sariputta là Tướng Quân Chánh Pháp (Dharmasenapati). Trong một bài pháp thoại của mình, Sariputta đã nói về những phẩm chất cần thiết để giảng dạy Giáo Pháp, và chúng ta hoàn toàn có thể tin rằng Ngài luôn có đủ những phẩm chất này khi giảng dạy.

"Khi một người muốn hướng dẫn người khác, cần thiết lập tự thân vững chãi nơi năm pháp trước. Năm pháp đó là gì? Người ấy hãy tự nghĩ: "Tôi sẽ nói đúng lúc chứ không phải sai lúc. Tôi sẽ nói sự thật chứ không phải những điều không thật. Tôi sẽ nói một cách tao nhã chứ không gay gắt. Tôi sẽ nói về mục đích giải thoát chứ không phải là về mục đích khác. Tôi sẽ nói với tâm tràn đầy tình thương chứ không phải với tâm đầy ác ý." Khi một người muốn hướng dẫn người khác, cần thiết lập tự thân vững chãi nơi năm pháp này trước."[4]

Mặc dù là một Thầy giáo thọ hướng dẫn Pháp rất đỗi nhiệt tình và tài giỏi, Thầy Sariputta cũng biết rằng, mặc dù có thể giúp đỡ mọi người thông qua việc giảng dạy Giáo Pháp cho họ, nhưng đôi khi họ cũng cần sự giúp đỡ thiết thực về vật chất. Và như vậy Thầy ấy luôn sẵn sàng đưa tay giúp đỡ những ai cần đến. Có một lần, nữ Tỳ Khưu Yasodhara bị bệnh nặng do trúng gió và con trai của bà, Thầy Rahula, đã cố tìm thuốc cho bà. Thầy ấy đã đến nhờ

Thầy Sariputta tư vấn vì biết rằng Thầy có nhiều kinh nghiệm với việc chăm sóc người bệnh. Thầy Sariputta liền biết chính xác loại thuốc phù hợp nhất nên đã đi lấy một ít rồi cùng với Rahula mang thuốc cho Yasodhara. Nhờ đó nữ Tỳ Khưu ấy đã sớm bình phục.[5] Luôn sẵn sàng đến thăm người đang bệnh để an ủi và giúp đỡ họ là thế, Thầy ấy cũng thường dành sự quan tâm đặc biệt đến những người nghèo khó và đơn độc. Họ là đối tượng mà Thầy Sariputta thường ưu ái giúp đỡ hơn những người giàu có và quyền lực. Vào một dịp nọ, rất đông người đi đến tu viện nơi Đức Phật đang ngự để thỉnh chư Tăng đến nhà họ dùng bữa. Mọi người đều nóng lòng muốn thỉnh được thật nhiều vị Thầy nổi tiếng, và thường những vị Thầy đều hoan hỷ khi nhận lời đi đến nhà của những người cư sĩ giàu có vì biết rằng họ sẽ nhận được những món ăn ngon, tất cả các Thầy, ngoại trừ Sariputta đều đã nhận lời thỉnh mời. Khi một phụ nữ nghèo khó xuất hiện và hỏi liệu có Thầy nào có thể nhận lời mời đến nhà bà ấy không. Người chịu trách nhiệm chăm sóc tu viện khi ấy đã thông báo với bà rằng, tất cả các Thầy đều đã đi chỉ còn lại mỗi trưởng lão Sariputta. Hay tin ấy khiến cho lòng bà buồn phiền vì nghĩ rằng, một nhà Sư lỗi lạc như vậy sẽ không muốn nhận một bữa ăn khiêm tốn từ mình. Nhưng khi được cho hay về người phụ nữ tội nghiệp ấy, Thầy Sariputta đã vui vẻ đồng ý đến nhà bà, và điều ấy làm cho bà vô cùng phấn khởi. Vua Pasenadi nghe tin Thầy Sariputta sẽ đến dùng bữa tại nhà của một người phụ nữ rất nghèo, nên đã cho người mang đến cho bà một số tiền lớn, không những đủ để bà cúng dường cho Thầy Sariputta một bữa ăn, mà còn thừa cho bà sống thoải mái cho đến cuối đời.[6]

Bên cạnh Tôn giả Sariputta, Đức Phật xem Thầy Moggallana là người đệ tử thông tuệ và tài giỏi nhất của

Ngài. Theo như những gì được ghi chép lại thì Thầy ấy có nước da màu đen như một đám mây mưa trĩu nước. Năng lực được phát triển nhất nơi Thầy Moggallana không phải là trí tuệ mà là thần thông (iddhi). Là kết quả của sự thực hành thiền định, khi tâm ý "định tĩnh, thuần tịnh, tinh khiết, không tì vết, không còn những cấu nhiễm, nhu nhuyến, dễ sử dụng và vững chắc", thì đôi khi nó trở nên có những năng lực phi thường. Một số thần thông mà các tu sĩ Phật giáo tùy theo thời điểm mà phát triển, là khả năng thay đổi ngoại hình, khả năng cảm nhận được những gì đang xảy ra ở một khoảng cách rất xa, khả năng biết được tâm trí của người khác và khả năng rời khỏi thân xác.[7]

Đức Phật biết rằng việc thể hiện thần thông có thể có ảnh hưởng khá lớn đến con người, và không phải lúc nào cũng mang lại những kết quả tích cực. Những người thể hiện những sức mạnh như vậy, có thể dễ dàng bị tha hóa bởi những lời tán dương mà họ nhận được, trong khi những người chứng kiến những sức mạnh như vậy, thường dành sự sùng kính không suy xét cho những người sở hữu chúng. Ngài cũng thường chê trách việc sử dụng thần thông để khuyến dụ người khác tin theo. Có một lần, khi Đức Phật đang ở tại Nalanda, một đệ tử đến thưa với Ngài:

"Bạch Đức Thế Tôn, Nalanda là nơi giàu có, thịnh vượng, dân cư đông đúc và rất nhiều người đang có đức tin nơi Ngài. Sẽ tốt biết mấy nếu Ngài cho phép một Thầy đệ tử biểu diễn thần thông cùng những phép màu phi thường. Như vậy thì người dân Nalanda sẽ càng có thêm niềm tin."[8]

Đức Phật đã từ chối yêu cầu này, vì Ngài muốn mọi người thực tập theo Giáo Pháp là từ sự hiểu biết, chứ không phải vì ấn tượng bởi các phép lạ hay thần thông.

Có lần một trưởng giả giàu có, cho đặt một cái bát bằng gỗ đàn hương lên đầu một cái sào tre thật dài, và đem dựng ở chợ tại Rajagaha. Sau đó ông thông báo rằng, bất kỳ nhà sư nào có thể bay lên không trung và lấy cái bát ra, thì cái bát quý ấy sẽ thuộc về vị đó. Ngay sau đó, hai Thầy Moggallana và Pindola Bharadvaja (Tân-Đầu-La) có việc đi đến Rajagaha và khi người trưởng giả nhìn thấy họ, ông ta liền nói: "Cả hai Thầy đều là người có thần thông, nếu các Thầy lấy được chiếc bát xuống thì nó sẽ là của các Thầy." Nghe vậy, Thầy Pindola bay lên không trung và mang chiếc bát xuống, trước sự trầm trồ đầy thán phục của đám đông đang tụ tập theo dõi. Người trưởng giả sau đó đã mời Thầy Pindola đến nhà mình và dâng đầy những món ăn đắt tiền vào chiếc bát gỗ đàn hương ấy. Từ sau lần đó, Thầy Pindola đi đến đâu cũng đều có đám đông ồn ào, náo nhiệt đi theo. Khi Đức Phật nghe về việc này, Ngài đã gọi Thầy Pindola và quở trách:

"Điều đó thật không phù hợp, không xứng đáng, không phải lẽ, không thích đáng với một người xuất gia, không được cho phép và không nên làm. Sao Thầy lại có thể vì một cái bát tồi tàn, mà phô bày một trong những khả năng của bậc thượng nhân đến các gia chủ đó như thế. Hành động đó chẳng khác nào một người phụ nữ buông thả sẵn sàng phô bày vùng kín của mình chỉ vì một vài đồng bạc rẻ rúng."[9]

Từ sự việc này, Đức Phật đã đặt ra một quy định ngăn các nhà sư phô diễn thần thông của mình một cách không cần thiết. Tuy nhiên, Ngài cũng thấy rằng đôi lúc việc sử dụng thần thông cũng có thể mang lại kết quả tốt. Trong một lần khác, một số tên trộm đã đột nhập một ngôi nhà và bắt cóc hai đứa trẻ. Khi Thầy Pilindavaccha hay tin đã sử dụng thần thông của mình để giúp mang những đứa trẻ về lại. Các Thầy khác buộc tội rằng Thầy ấy đã phạm giới, nhưng Đức Phật đã tuyên bố Thầy Pilindavaccha vô tội vì Thầy ấy đã sử dụng thần thông của mình vì lòng từ bi.[10]

Tôn giả Moggallana cũng vậy, Thầy ấy thường chỉ sử dụng thần thông của mình khi cần giúp đỡ mọi người. Một lần trong khi đang ở cùng với Đức Phật trên tầng cao của giảng đường Migaramata (giảng đường Lộc-Mẫu) thì có một nhóm các Thầy ở tầng trệt đang bàn luận chuyện phiếm hết sức ồn ào. Đức Phật đã mô tả họ là những kẻ "phù phiếm, đầu óc trống rỗng, dễ bị kích động, lời nói thô tháo và vô dụng, thiếu tập trung, không vững chắc, không điềm tĩnh, tâm trí bay bổng và không kiểm soát được các giác quan." Khi ấy Ngài đã dạy Thầy Moggallana hãy cho họ "một sự kích động để khiến họ thức tỉnh." Vâng lời Thế Tôn, Thầy Moggallana ấn ngón chân cái của mình và làm cho toàn bộ tòa nhà lớn trở nên rung chuyển. Cho rằng nhà sắp sập nên nhóm Thầy kia hoảng sợ, la hét và tranh nhau chạy thoát ra bên ngoài. Sau đó, Đức Phật đến gần các vị này và nói với họ rằng, do Ngài yêu cầu nên Thầy Moggallana làm rung chuyển tòa nhà, nhờ vào thần thông mà thầy đã phát triển bằng sự siêng năng thực tập thiền định, và khuyên họ cũng nên dành thời gian thiền định thay vì ham thích bàn luận chuyện phiếm.[11] Nhưng cũng giống như chính Đức Phật, Thầy Moggallana thường giúp đỡ mọi người bằng cách giảng dạy Giáo Pháp cho họ, và Tipitaka (Tam tạng kinh điển) còn lưu lại nhiều bài Pháp thoại mà Thầy đã tuyên thuyết cho các chúng xuất gia cũng như nam, nữ tại gia.

Cả hai Thầy Sariputta và Moggallana đều tịch trước Thầy của họ là Đức Phật. Khi biết rằng ngày cuối của mình đã đến gần, Thầy Sariputta từ giã Đức Phật và lên đường trở về ngôi làng nơi Thầy ấy sinh ra. Mặc dù có một người con trai với mức độ tâm linh vượt thắng như vậy, nhưng mẹ của Thầy Sariputta lại không có niềm tin vào Phật pháp, thế nên Thầy Sariputta luôn muốn báo đáp công ơn mẹ đã nuôi nấng mình, bằng cách giúp bà hiểu được lời dạy của Đức Phật. Thầy nhờ một Thầy Tỳ Khưu khác đi trước để báo cho mẹ biết rằng Thầy ấy sẽ về nhà. Những tưởng rằng con trai mình cuối cùng cũng đã từ bỏ lối sống xuất gia và trở lại đời sống thế tục, khiến bà vui mừng khôn siết. Nhưng khi Thầy Sariputta về đến, bà nhận ra rằng con trai mình vẫn còn là một nhà Sư, bà hờn dỗi lui về tự nhốt mình trong phòng. Sức khỏe của Thầy Sariputta bắt đầu xấu đi một cách nhanh chóng, tranh thủ lúc Thầy nằm nghỉ trong phòng của mình, rất nhiều các vị trời đã đến thăm và bày tỏ lòng kính trọng của họ. Khi mẹ của Thầy Sariputta nhìn thấy chúng thiên ấy, bà bắt đầu nhận ra rằng con trai mình đức hạnh và đáng kính đến dường nào. Khi bà đến gặp người con trai đang nằm hấp hối của mình, Thầy Sariputta đã giảng giải Phật pháp cho bà và cuối cùng bà đã chứng được thánh quả Nhập lưu. Sau đó, Thầy gọi tất cả các Thầy Tỳ Khưu đã đi cùng mình và hỏi họ rằng, liệu trong suốt bốn mươi năm qua ông có làm gì khiến họ phải phiền lòng không, và liệu rằng họ có thể tha thứ cho ông được không. Mọi người đều đồng lòng rằng không có gì nơi Ngài khiến họ phiền lòng mà cần phải tha thứ. Ngay sau đó Thầy Sariputta đã vào Niết Bàn.

Chỉ hai tuần sau đó Thầy Moggallana cũng viên tịch. Thầy ấy từ lâu đã xác nhận rằng mình thấy rõ được nẻo đi về của những người đã mất và những người tu khổ hạnh theo đạo Jain thường tái sinh ở các cảnh giới thấp. Thầy Moggallana được nhiều người kính trọng cùng với năng lực thần thông vốn rất nổi tiếng, nên mọi người tin những gì thầy ấy tuyên bố về những hành giả Jain. Lo sợ vì sức ảnh hưởng ngày càng suy yếu của giáo phái mình, một nhóm những giáo sĩ Jain bại hoại đã quyết định ám sát Thầy ấy. Họ thuê một số tên côn đồ bao vây tịnh thất nơi Thầy Moggallana đang ở, nhưng khi biết được sự có mặt của họ thì Thầy ấy đã thoát khỏi qua đường lỗ khóa. Việc này đã diễn ra nhiều lần cho đến cuối cùng những kẻ côn đồ đó khi bắt được Thầy đã đánh đập một cách tàn nhẫn và bỏ mặc Thầy cho đến chết. Trước lúc viên tịch, với chút sức lực còn sót lại, Thầy đã hướng mình về nơi có đức Thế Tôn đang ngự, để đảnh lễ Người lần cuối rồi nhẹ nhàng ra đi. Theo lưu truyền thì Thầy Moggallana đã bị sát hại như vầy là vì trong một kiếp sống trước, Thầy đã ra ra tay giết cha mẹ mình, bởi nghe theo lời xúi giục của vợ khi cô này ghen tị với sự quan tâm mà Thầy dành cho họ.

ANANDA - NGƯỜI MÀ AI CŨNG YÊU MẾN

Luôn có một vị thị giả theo hầu cận Đức Phật để phụ giúp những công việc như truyền tin, sửa soạn chỗ ngồi và chăm lo cho những nhu cầu cá nhân của Ngài. Trong hai mươi năm đầu truyền dạy Giáo Pháp của mình, Ngài đã có một số vị thị giả như các Thầy Nagasamala, Upavana, Nagita, Cunda, Radha cùng một số vị khác, nhưng không ai trong số họ tỏ ra là thích hợp. Một ngày nọ, khi Ngài quyết định sẽ tìm người thay thế cho Thầy thị giả hiện tại của mình, Phật đã gọi tất cả các Thầy Tỳ Khưu lại và nói rằng:

> "Ta nay tuổi đã già nên mong muốn có một vị làm thị giả dài lâu, là vị sẽ luôn nghe theo những mong muốn của ta về mọi mặt. Vậy trong các Thầy ai sẵn lòng làm thị giả cho ta?"

Tất cả các Thầy khi đó đều phấn khởi xung phong phục vụ cho Ngài ngoại trừ Thầy Ananda. Thầy ấy chỉ khiêm tốn ngồi ở phía sau và im lặng. Sau đó, khi được hỏi vì sao không tình nguyện làm thị giả cho Phật, thì Thầy ấy trả lời rằng Đức Phật là người biết rõ nên phải chọn ai rồi. Khi Đức Phật tỏ ý muốn Ananda làm thị giả của Ngài, thì Thầy Ananda nói ông sẽ chấp nhận trọng trách này với một vài điều kiện. Bốn điều kiện đầu tiên chính là Đức Phật đừng bao giờ cho Thầy bất kỳ thức ăn nào mà Ngài nhận được, cả y áo cũng vậy; rằng thầy ấy không muốn sẽ được sắp xếp cho bất kỳ chỗ ở đặc biệt nào, và thứ tư là Thầy sẽ không phải đi theo Phật đến nhà cư sĩ khi

Ngài nhận lời mời thỉnh của họ. Thầy Ananda nhấn mạnh bốn điều kiện này bởi vì không muốn mọi người nghĩ rằng Thầy thị giả cho Đức Phật với tâm mong cầu vật chất. Bốn điều kiện sau liên quan đến mong muốn giúp Giáo Pháp được quảng truyền của Thầy Ananda. Những điều kiện này gồm: Đức Phật sẽ hoan hỷ cùng đi với Thầy ấy đến nơi mà Thầy được mời; rằng nếu có người đến từ những vùng xa xôi để gặp Phật, Thầy ấy sẽ có đặc quyền được giới thiệu họ; nếu có bất kỳ nghi ngờ nào về Giáo Pháp, Thầy ấy có thể hỏi Đức Phật bất cứ lúc nào; và rằng nếu Đức Phật nói một bài Pháp nào mà vắng mặt Thầy thì Ngài sẽ hoan hỷ thuyết lại cho thầy ấy sau. Đức Phật mỉm cười chấp nhận những điều kiện này và từ đó bắt đầu mối thâm tình giữa Ngài và Thầy Ananda kéo dài trong suốt hai mươi lăm năm tiếp theo.

Thầy Ananda được sinh ra ở Kapilavatthu và là em họ của Đức Phật, bởi cha Thầy là Amitodana, em trai của vua cha Đức Thế Tôn, Suddhodana. Trong lần đầu tiên Đức Phật về thăm lại Kapilavatthu sau khi giác ngộ, Ananda, cùng với anh trai Anuruddha và người anh họ Devadatta đã xuất gia theo Phật, trở thành những vị tu sĩ. Thầy ấy đã thể hiện là một người học trò đầy quyết tâm và siêng năng, trong vòng một năm, Thầy Ananda đã đạt được quả thánh Nhập Lưu. Đời sống xuất gia đã mang lại cho Thầy Ananda niềm hạnh phúc nội tại to lớn, cùng với bản tính trầm lặng và khiêm nhường, khiến Thầy ít được người khác chú ý cho đến khi được chọn làm thị giả cho Đức Phật. Trong khi một số người phát triển những phẩm chất dẫn đến chứng ngộ, bằng thiền định hoặc trầm mặc suy ngẫm, thì Thầy Ananda lại thực hiện điều đó với tình thương và sự quan tâm mà Thầy dành cho người khác. Ngay trước khi Đức Thế Tôn vào Vô Dư Niết Bàn, Thầy Ananda đã khóc và tự nhủ rằng:

"Than ôi, ta nay vẫn còn là kẻ hữu học với nhiều điều còn phải tự lo tu tập. Nay bậc Đạo Sư của ta sắp diệt độ thì còn ai thương tưởng ta nữa."

Đức Phật đã gọi Ananda đến trước Ngài và trấn an Thầy bằng việc xác nhận rằng, Thầy Ananda đã phát triển nội tâm đến một mức độ rất cao với tình thương và lòng vị tha của mình, và rằng chỉ cần nỗ lực tinh tấn thêm một chút nữa thôi là thầy cũng sẽ chứng ngộ.

"Thôi đủ rồi, Ananda, chớ có buồn rầu khóc than. Chẳng phải ta đã tuyên bố trước với Thầy rằng mọi vật khả ái, tốt đẹp cũng đều sẽ thay đổi, không tránh khỏi sự chia lìa và vô thường sao? Vậy thì làm sao chúng không hoại diệt được? Này Ananda, suốt mấy mươi năm qua, Thầy đã đối với Như Lai bằng thân, miệng và ý nghiệp đầy lòng từ ái, lợi ích, an lạc, với tất cả tâm ý và rộng lượng. Này Ananda, Thầy đã tạo được vô lượng công đức. Hãy cố gắng tinh tấn lên và Thầy sẽ chứng được quả Vô lậu, không bao lâu đâu."[1]

Tâm ý luôn hướng đến lợi ích cho mọi người của Thầy Ananda được biểu lộ ở ba việc - thị giả cho đức Phật, sự ân cần cùng tình thương lớn đối với học trò gồm cả xuất gia và tại gia cũng như cho đời sau, và thứ ba là vai trò quan trọng của Thầy trong việc gìn giữ và lưu truyền Giáo Pháp.

Là thị giả riêng của Phật, Thầy Ananda luôn nỗ lực giúp Thế Tôn trong tất cả những công việc bình thường hàng ngày, để Ngài có thể dành nhiều thời gian hơn cho việc giảng dạy Giáo Pháp và giúp đỡ mọi người. Với tâm niệm đó, Thầy làm mọi thứ từ giặt giũ hay vá nhíp y áo, dọn dẹp hương thất, rửa chân, xoa lưng và đứng phía sau hầu quạt cho Phật khi Ngài thiền tọa. Thầy chọn chỗ nghỉ thật gần để có thể luôn có mặt khi Phật cần, hoặc theo sau mỗi lần Ngài đi dạo quanh tu viện. Thầy sẽ đi mời những Thầy, Cô mà Thế Tôn muốn gặp, và ngăn mọi người những khi Đức Phật muốn nghỉ ngơi hoặc ở một mình. Trong vai trò là người thị giả, thư ký, trung gian và người gần gũi Phật, Thầy Ananda luôn kiên nhẫn, khiêm tốn và không mệt mỏi, thường để tâm đoán biết những gì mà Thế Tôn cần.

Mặc dù công việc chính của Thầy Ananda là chăm sóc các việc cần thiết cho Đức Phật, nhưng thầy luôn sẵn sàng giúp đỡ mỗi khi có ai đó cần. Thầy thường cho những bài Pháp thoại và thật sự Thầy ấy là một người giỏi và thiện xảo đến mức Thế Tôn đôi lúc gọi thầy thuyết pháp thay cho Ngài hay là tiếp tục bài Pháp thoại mà Thế Tôn đã bắt đầu.[2] Người ta nói rằng vào buổi trưa, lúc Phật nghỉ ngơi thì Thầy Ananda sẽ tranh thủ khoảng thời gian thong thả ấy mà đi thăm những người bệnh, để trò chuyện và giúp tâm họ bình an hơn, hay mang thuốc đến cho họ. Một lần khi Thầy nghe kể về một gia đình rất nghèo đang phải vật lộn để nuôi hai đứa con trai nhỏ. Biết rằng nếu cứ như vậy thì hai em ấy sẽ phải đối mặt với một tương lai rất nghiệt ngã, nên Thầy ấy nghĩ rằng mình cần phải làm gì đó để giúp các em, Thầy đã xin phép và được Thế Tôn chấp nhận cho hai em được xuất gia, và từ đó mở ra cho các em một cơ hội trong cuộc đời.[3]

Cuộc sống trong Tăng đoàn không phải lúc nào cũng dễ dàng đối với các vị Ni. Phần lớn các Thầy luôn giữ khoảng cách với họ vì không muốn bị cám dỗ. Nhiều Thầy thậm chí còn đối xử phân biệt với các Cô nữa. Nhưng riêng Thầy Ananda thì lại khác, Thầy luôn sẵn sàng giúp đỡ cho họ. Chính Thầy là người cầu thỉnh Đức Phật xuất gia cho những vị Ni đầu tiên, Thầy luôn sẵn lòng thuyết Pháp cho các vị Ni và cận sự nữa, cũng như động viên họ thực tập. Bởi vì lòng thương tưởng của Thầy ấy dành cho nữ giới nên họ thường tìm đến Thầy.[4]

Đức Phật từng tuyên bố trước đại chúng rằng Thầy Ananda là tối thắng trong số những người nghe nhiều Giáo Pháp, có trí nhớ tốt, tinh thông tuần tự các Pháp đã ghi nhớ và kiên trì.[5] Thế Tôn không có viết xuống, và quả thực, dầu rằng việc viết lách đã được biết đến vào thời đó nhưng nó rất ít được sử dụng. Thế nên trong suốt thời gian Phật còn tại thế và cả nhiều thế kỷ sau khi vào Niết Bàn, lời dạy của Ngài đều được ghi nhớ và truyền lại từ người này sang người khác. Với năng lực ghi nhớ vô cùng xuất sắc, cộng với thực tế là Thầy thường luôn ở bên Đức Phật, nên có nghĩa rằng Thầy Ananda, hơn bất kỳ người nào khác, sẽ chịu trách nhiệm cho việc gìn giữ và trao truyền Giáo Pháp của Thế Tôn. Tuy vậy, không có nghĩa là Thầy Ananda sẽ ghi nhớ nguyên văn những lời của Đức Phật - điều này hẳn là không thể và cũng không cần thiết, vì sự thông hiểu Giáo Pháp không phụ thuộc vào sự sắp xếp của các từ và câu, mà là lĩnh hội được ý nghĩa của những từ ngữ ấy. Thay vào đó, Thầy Ananda nhớ rõ ý chính của những gì Đức Phật nói, đối tượng mà Ngài nói, những cụm từ đặc biệt quan trọng hoặc nổi bật, những câu chuyện hay dụ ngôn được sử dụng và cũng như các chuỗi, mà trong đó tất cả các tư tưởng được trình bày. Thầy Ananda sau đó sẽ lặp lại những gì Thầy đã được nghe và ghi nhớ cho những người khác, và dần dần Giáo Pháp được khẩu truyền ngày một lan rộng. Điều này giúp cho những vị ở xa Đức Phật sẽ có thể nghe được Giáo Pháp mà không cần đến sự hỗ trợ từ sách vở hay nhất thiết phải đi xa.

Sau khi Đức Phật nhập Vô Dư Niết Bàn, 500 vị Thánh Tỳ Khưu đã nhóm họp tại Rajagaha nhằm kết tập lại và ghi nhớ tất cả những lời dạy của Thế Tôn để có thể truyền dạy lại cho các thế hệ sau. Chính vì đã được nghe thật nhiều bài pháp, nên sự có mặt của Thầy Ananda là vô cùng cần thiết cho đại hội kết tập, thế nhưng Thầy ấy lại chưa chứng ngộ. Bây giờ Thầy Ananda không còn phải chăm sóc cho Đức Phật nữa và có nhiều thời gian hơn để thiền định, nên Thầy ấy đã bắt đầu tinh tấn thực tập một cách phi thường với hy vọng có thể chứng ngộ trước khi hội nghị kết tập bắt đầu. Càng gần đến ngày hội nghị bắt đầu thì Thầy ấy lại càng ra sức thực tập gắt gao hơn trước. Thầy miên mật ngồi thiền mãi cho đến đêm trước ngày bắt đầu hội nghị, và bắt đầu tin chắc rằng mình không thể nào chứng ngộ kịp trước khi trời sáng được. Nghĩ vậy nên Thầy bỏ cuộc và quyết định ngả lưng xuống ngủ. Và ngay chính lúc đầu vừa chạm xuống gối thì Thầy ấy giác ngộ. Sáng hôm sau, Thầy Ananda đã được chào đón nồng nhiệt tại hội nghị và trong suốt những tháng sau đó, Ngài đã thuật lại cho hội chúng hàng ngàn bài pháp mà Ngài đã nghe, với mỗi bài pháp đều được bắt đầu bằng lời: "Đây là những điều tôi nghe Phật nói" (Evam me sutam). Bởi vì những đóng góp to lớn đối với việc bảo tồn Giáo Pháp, Thầy Ananda đôi khi còn được biết đến với danh hiệu: "Người Thủ Hộ Pháp Tạng" (Dharmabhandagarika). Với tấm lòng luôn sẵn sàng giúp đỡ mọi người cùng với đức kiên nhẫn và sự thánh thiện, Thầy Ananda là một trong số hiếm những người có thể sống hòa thuận với bất kỳ ai, và mọi người ai cũng quý mến Thầy ấy. Ngay trước lúc nhập diệt, giữa toàn thể hội chúng, Đức Phật đã tán dương công hạnh của Tôn giả Ananda với lời biết ơn về tình cảm thân thiết cùng những tháng năm trung thành, tận tâm chăm sóc của Tôn giả.

"Này các Thầy, tất cả các bậc Chánh Đẳng Giác trong quá khứ đều có một người thị giả tối thắng như Ananda, và tất cả các bậc Chánh Đẳng Giác trong tương lai cũng sẽ như vậy. Ananda là người có trí. Thầy ấy hiểu rõ khi nào là đúng thời để các Tỳ Khưu, Tỳ Khưu Ni, nam cư sĩ, nữ cư sĩ, vua chúa, đại thần, ngoại đạo sư, hay đệ tử các ngoại đạo sư đến gặp ta. Ananda có bốn phẩm chất đặc biệt và phi thường. Thế nào là bốn? Nếu có chúng Tỳ Khưu đến yết kiến Ananda, chúng ấy sẽ được hoan hỷ vì được yết kiến Ananda; nếu Ananda thuyết pháp chúng ấy sẽ được hoan hỷ vì bài thuyết pháp; nếu Ananda làm thinh thời, này các Tỳ Khưu, chúng Tỳ Khưu ấy sẽ thất vọng. Cũng tương tự như vậy đối với chúng Tỳ Khưu Ni, chúng nam cư sĩ và chúng nữ cư sĩ."

Không ai biết chính xác khoảng thời gian và nơi mà Thầy Ananda viên tịch nhưng theo mọi người truyền miệng nhau lại thì Thầy ấy đã sống rất thọ. Khi Pháp Hiển, nhà chiêm bái nổi tiếng người Trung Hoa, khi thăm viếng Ấn Độ vào khoảng thế kỷ thứ 5 Tây Lịch, đã ghi chép lại việc nhìn thấy một bảo tháp thờ xá lợi của Tôn giả Ananda, và đặc biệt là các Sư cô thời đấy vô cùng kính nể trí nhớ của Ngài ấy.

ANGULIMALA - TỪ KẺ SÁT NHÂN TRỞ THÀNH BẬC THÁNH

Viên quan tư tế của Vua Pasenadi là một Brahmin uyên bác, nhưng lại rất mê tín tên là Bhaggava Gagga. Vai trò của ông là chiêm tinh, tư vấn về thời điểm phù hợp nhất để bắt tay vào các công việc khác nhau, và xua đuổi những năng lượng xấu bằng bùa chú. Ngày vợ ông hạ sinh cho ông một cậu con trai, ông vui mừng khôn xiết, nhưng khi xem tướng số cho đứa bé thì niềm vui của ông biến thành nỗi lo sợ. Tướng số chỉ ra rằng cậu bé sẽ lớn lên với thiên hướng trở thành một kẻ tội phạm. Với sự lo lắng đến từ việc mê tín, cha mẹ cậu bé quyết định đặt tên cậu bé là Ahimsaka mang ý nghĩa "Vô hại" với hy vọng điều này sẽ giúp cậu chống lại ảnh hưởng của các vì sao. Cậu bé lớn lên thành một thanh niên ngoan, học giỏi và vâng lời cha mẹ. Nhưng để đảm bảo rằng anh ta sẽ không trở thành con người xấu, cha mẹ liên tục nhấn mạnh với anh tầm quan trọng của việc vâng lời và làm theo những gì họ chỉ bảo.

Sau đó, anh rời nhà đến Taxila để học lên cao hơn. Vào thời đó, những người Brahmin trẻ tuổi sẽ đi đến Taxila và sống với một vị Brahmin uyên bác để học những hiểu biết truyền thống và đổi lại họ sẽ phục vụ cho nhà vị ấy. Mối quan hệ giữa họ khi ấy sẽ giống như là cha và con. Ahimsaka được vị thầy đặc biệt quan tâm vì là một học sinh rất đỗi nghe lời, nhưng điều đó cũng làm các bạn đồng học trở nên ghen tị. Họ quyết định tìm cách khiến cho thầy giáo trở nên ghét Ahimsaka. Theo kế hoạch, họ lần lượt đến gặp vị thầy giáo và rỉ vào tai ông rằng cậu học trò cưng đang muốn chiếm lấy vị trí của thầy. Lúc đầu, người thầy gạt đi và cho rằng điều đó là vô lý, nhưng những hạt giống không tin tưởng đã dần được gieo vào tâm thức của ông, và cuối cùng nảy nở thành sự nghi ngờ và người thầy bắt đầu tin về sự thù nghịch của Ahimsaka đối với mình.

"Tên thanh niên trẻ tuổi này có sức khỏe phi thường và rất có khả năng sẽ làm hại ta. Ta phải tìm cách đuổi hắn đi và làm thế nào để chắc chắn rằng hắn sẽ không bao giờ quay trở lại", ông ta tự nghĩ như thế.

Một ngày nọ, thầy giáo gọi Ahimsaka đến và nói:

"Con đã lãnh hội tất cả những gì cần phải học ở đây, giờ là lúc con phải trả công cho ta."

"Chắc chắn rồi", Ahimsaka nói. "Thầy muốn con trả công thầy như thế nào?"

"Con phải đem cho ta một ngàn ngón tay trỏ từ bàn tay người."

"Con không tin là thầy lại bắt con làm điều này?" Ahimsaka kinh khiếp đáp lại.

"Ngươi đã nhận lấy từ ta nên để đền đáp thì ngươi phải thực hiện mệnh lệnh của ta. Giờ hãy đi và mang về một nghìn ngón tay."

Hẳn nhiên ông thầy nọ hy vọng rằng trong lúc thực hiện nhiệm vụ này, Ahimsaka sẽ bị giết và rồi ông sẽ không bao giờ phải gặp lại anh ta nữa.

Chàng học trò khốn khổ trở về Kosala và chuyển đến sống trong khu rừng Jalani. Ban đầu việc ấy với anh có phần miễn cưỡng nhưng dần về sau, không chút ray rứt, anh ta bắt đầu mai phục những người bộ hành đơn độc, giết họ rồi chặt lấy một ngón tay và sống nhờ vào những của cải mà anh ta cướp được. Thoạt tiên, ông treo các ngón tay trên cây nhưng lũ chim tới mổ lấy thịt và khiến cho các đốt xương rơi xuống và vương vãi trên đất. Chính vì vậy một thời gian sau, Ahimsaka luồn các ngón tay vào một sợi dây và đeo chúng quanh cổ mình. Điều này khiến anh có một vẻ ngoài kinh khiếp và là kẻ giết người khét tiếng đáng sợ khi đó được biết đến với cái tên Angulimala (Vòng cổ bằng các ngón tay). Cuối cùng, bằng cách giết người, và có lẽ cùng với việc cắt ngón tay từ các xác chết, mà ở Ấn Độ cổ đại không được chôn cất mà đem bỏ những nơi xa vắng, Angulimala đã thu thập được 999 ngón tay.

Rồi cũng đến lúc cha mẹ anh nghe tin kẻ giết người, mà mọi người đang bàn tán chính là cậu con trai ruột của mình. Bối rối và xấu hổ, người Brahmin già - cha anh dã từ mặt đứa con trai mình. Nhưng mẹ anh lại không nỡ làm như vậy, bà dự định đi đến khu rừng nơi người ta bảo con trai bà đang ẩn náu và tìm cách nói chuyện với anh. Ngay lúc dường như Angulimala thậm chí chuẩn bị giết cả mẹ ruột của mình thì anh ta đã gặp được Đức Phật.

Khi Đức Phật nghe tin về Angulimala, Ngài lặng lẽ rời Jetavana và lên đường đi đến rừng Jalani, nằm cách đó khoảng bốn mươi cây số. Trên đường đi, những nhóm khách bộ hành Ngài gặp đều cảnh báo Ngài không nên tiếp tục đi một mình vì rất nguy hiểm. Đức Phật chỉ mỉm cười với họ và tiếp tục đi tới. Khi Angulimala nhìn thấy Đức Phật, anh đã vô cùng ngạc nhiên:

"Thật là tốt. Thường chỉ có những khách bộ hành với nhóm hai mươi, ba mươi hoặc bốn mươi người mới đi trên con đường này nhưng đây chỉ có một kẻ hành khất đơn độc. Ta sẽ giết hắn."

Nắm chặt lấy thanh kiếm và chiếc khiên của mình, Angulimala xuất hiện từ trong rừng và bắt đầu đuổi theo Đức Phật, nhưng mặc dù gắng sức chạy nhanh nhất có thể, anh ta vẫn không thể đuổi kịp Đức Phật, người mà chỉ đang bước đi một cách khoan thai. Anh gắng sức tăng tốc nhưng vẫn không tài nào đến gần Đức Phật được. Hoàn toàn hoang mang, anh lớn tiếng hét rằng:

"Hãy dừng lại, này tên khổ hạnh kia!"

Đức Phật quay lại nhìn anh ta, và đáp:

"Ta đã dừng lại. Tại sao con vẫn chưa dừng?"

Angulimala càng thêm hoang mang hỏi:

"Ý của ngươi là sao, hỡi tên khổ hạnh?"

"Ta đã dừng lại việc gây hại cho sinh mạng của chúng sinh. Con còn giết hại và con vẫn chưa dừng lại", Đức Phật đáp.

Những điều khủng khiếp đã gây ra, cùng sự khốn khổ của cuộc đời mình khi đó ùa về trong tâm trí Angulimala, khiến anh ấy ngã quỵ và bật khóc. Rồi anh buông bỏ vũ khí, lạy xuống dưới chân Đức Phật và cầu xin được gia nhập đoàn thể xuất sĩ. Đức Phật đã xuống tóc cho anh và họ cùng nhau lên đường về lại Savatthi. Vài hôm sau, khi Đức Phật và Angulimala đang tĩnh tọa ở Jetavana thì Vua Pasenadi với đoàn tùy tùng gồm những người lính được trang bị khí giới đầy đủ đến thăm.

"Thưa bệ hạ, ngài sắp đi đâu?" Đức Phật hỏi. "Phải chăng đang có tranh chấp biên giới với Magadha?"

"Thưa không, Bạch Thế Tôn", vua trả lời. "Có một kẻ sát nhân đáng sợ đang hoạt động trong vương quốc. Vì hắn mà người dân ở các khu vực xa xôi đã thu dọn đồ đạc, rời bỏ xóm làng để chuyển đến những nơi an toàn trong thành phố. Bây giờ người dân đang thỉnh cầu con tiêu tiêu diệt hắn, nên con đang trên đường đi tìm hắn ta.”

“Nếu được biết rằng tên sát nhân này đã từ bỏ cuộc sống đáng ghê sợ của mình và trở thành một vị xuất sĩ thì người sẽ làm gì, này bệ hạ?”

“Con nghĩ là con sẽ cúi đầu và đối xử với vị ấy giống như với bất kỳ vị xuất sĩ nào khác. Nhưng điều ấy sao có thể xảy ra được, thưa Thế Tôn?”

Đức Phật khi ấy duỗi tay ra và nói:

“Ở đây, này bệ hạ, chính là Angulimala.”

Nhà vua sợ hãi lùi lại, nhưng Đức Phật đã trấn an ông:

“Này bệ hạ, đừng sợ. Không cần phải hốt hoảng.” Khi ấy nhà vua đến gần hơn để nhìn kỹ vị sư kia và hỏi: “Đây có thật là Angulimala không, thưa Thế Tôn?”

“Đúng vậy, này bệ hạ.”

Sau đó, vua nói với Thầy Angulimala:

“Tên của cha Thầy là gì? Mẹ Thầy thuộc thị tộc nào?”

“Cha tôi là Gagga và mẹ tôi là người Mantani.”

“Vậy mong cho họ được an vui. Nếu Thầy cần bất kỳ vật dụng nào, tôi sẽ cố gắng chu cấp chúng cho Thầy”, nhà vua nói với vẻ lo lắng.

Thầy Angulimala đáp lại:

“Cảm ơn bệ hạ. Nhưng y áo tôi đã đủ.”

Sau đó vua Pasenadi đến ngồi gần Đức Phật và nói:

"Bạch Đức Thế Tôn, thật là tuyệt vời khi không cần gậy gộc hay gươm giáo, Ngài có thể bình định những kẻ mà con không thể làm được dẫu với gậy gộc hay gươm giáo."

Đức Phật mỉm cười sau khi nghe nhà vua nói.

Tôn giả Angulimala sống đời sống đơn giản và tịch tịnh dưới sự hướng dẫn của Đức Phật, và cuối cùng cũng đã đạt được giác ngộ. Nhưng mãi cho đến khi đó thì vẫn còn nhiều người nhớ về quá khứ khủng khiếp và xa lánh Thầy ấy. Thầy Angulimala thường trở về với bình bát trống không sau những lần đi khất thực, và đôi khi người ta còn ném đá vào Thầy ấy nữa. Có một lần khi trông thấy Thầy ấy đi khất thực trở về trên mình bê bết máu và chi chít những vết cắt do bị một đám đông giận dữ tấn công, Đức Phật an ủi rằng:

"Thầy phải chịu đựng điều này, này Angulimala. Thầy phải im lặng mà chịu đựng điều này. Đây là nghiệp quả của những việc mà Thầy đã làm trước đây."[1]

ANATHAPINDIKA - NGƯỜI CHU CẤP CHO NGƯỜI NGHÈO

Vào thế kỷ thứ 5 trước Tây Lịch, giao thương và buôn bán đã rất phát triển ở Ấn Độ. Nhiều đoàn lữ hành di chuyển từ thành phố này sang thành phố khác, và những ngôi nhà tài chính luôn có sẵn tiền để cho vay. Một người với kỹ năng và sẵn sàng chấp nhận mạo hiểm, thì việc kiếm được nhiều tiền là điều rất có thể, thậm chí là trở thành một vị triệu phú (setthi). Một trong những đệ tử cư sĩ nổi tiếng nhất của Đức Phật là một người như vậy. Tên ông ta là Sudatta, nhưng vì ông luôn sẵn sàng giúp đỡ cho những người đói kém, vô gia cư hay bị ruồng bỏ nên ông được mọi người gọi là Anathapindika (Cấp-Cô-Độc), có nghĩa là "Người Chu Cấp Cho Người Nghèo."

Anathapindika sống ở Savatthi nhưng vì công việc nên ông thường hay đi xa, và vào một ngày khi đang ở Rajagaha, ông đã đi thăm người anh rể của mình. Khi ông đến, toàn bộ người trong nhà đều đang rất bận rộn cho việc chuẩn bị cho một bữa tiệc, mà Anathapindika đã không nhận được lời mời nồng nhiệt như mọi khi. "Sự kiện trọng thể nào sắp diễn ra vậy?" Anathapindika hỏi anh rể của mình. "Anh đang chuẩn bị cho một lễ cưới long trọng hay là nhà vua sắp ghé thăm sao?" "Không", anh ông trả lời. "Đức Phật và chúng đệ tử của Người sẽ đến dùng cơm vào ngày mai." Chỉ nghe đến từ "Phật" thôi thì toàn thân Anathapindika đã dâng tràn một niềm hỷ lạc vô bờ đến nỗi ông không kiềm chế được mình.

"Ý anh là một bậc thánh Toàn Giác đã xuất hiện nơi cõi đời này sao? Thật tuyệt vời làm sao! Hãy đưa em đi gặp Ngài ấy." Anathapindika muốn đi ngay lập tức nhưng ông đã được anh mình thuyết phục rằng là đã quá muộn và nếu sáng mai đi thì sẽ tốt hơn. Đêm đó, Anathapindika hân hoan đến độ ông dường như chẳng ngủ được và ông đã thức dậy nhiều lần trong đêm những tưởng rằng đã đến lúc bình minh. Cuối cùng, nghĩ rằng mặt trời sẽ sớm mọc, Anathapindika đã trở dậy để chuẩn bị đi gặp Phật, nhưng khi ông ra tới vùng ngoại ô của thành phố thì trời vẫn còn rất tối, ông trở nên sợ hãi và quyết định sẽ quay về. Đột nhiên, một vị thiện thần xuất hiện làm sáng rõ cả một vùng và thúc giục ông tiếp tục. "Hãy tiếp tục, này bạn hiền. Tiến về phía trước sẽ tốt cho bạn hơn là quay lại." Được khuyến khích bởi những lời ấy, Anathapindika tiếp tục bước tới và chỉ một lát sau ông bắt gặp Đức Phật đang đi thiền hành trong ánh ban mai của buổi sớm. Thấy Anathapindika ngập ngừng không dám đến gần, Đức Phật đã ra hiệu "hãy đến đây, Sudatta." Ngạc nhiên vì Đức Phật biết tên thật của mình và kính phục trước sự hiện diện của một con người vĩ đại, Anathapindika vội vã tiến về phía trước và sụp lạy dưới chân Thế Tôn. Hai người nói chuyện một lúc và đến khi mặt trời mọc, Anathapindika hiểu được bản chất của Pháp và chứng được thánh quả Dự Lưu.

Anathapindika sau đó đã thỉnh ý Đức Phật để được cúng dường đến Ngài một bữa ăn vào ngày hôm sau và Đức Phật đã chấp nhận. Suốt cả ngày hôm đó, tâm ông mãi miết suy nghĩ về việc sẽ hạnh phúc biết mấy nếu Đức Phật có thể ghé thăm Savatthi và rằng biết bao người sẽ được lợi lạc với sự có mặt của Ngài. Do đó, ngày hôm sau, khi Đức Phật thọ thực xong, Anathapindika đã thỉnh Phật đi đến Savatthi. Thế Tôn quán chiếu một lúc rồi nhận lời, Ngài dặn thêm: "Những bậc tỉnh thức ưa thích những trú xứ yên tĩnh", và Anathapindika trả lời: "Con đã hiểu, bạch Thế Tôn."

Anathapindika trở lại Savatthi sau khi xong việc ở Rajagaha và ngay khi về đến, ông bắt tay ngay vào việc chuẩn bị cho chuyến ghé thăm của Đức Phật. Việc đầu tiên là tìm một trú xứ thích hợp cho Thế Tôn và Tăng đoàn, gần phố nhưng không quá ồn ào. Nơi được xem là phù hợp nhất, chính là một khu vườn cách các tường thành của Savatthi một dặm về phía Tây Nam, thuộc sở hữu của hoàng tử Jeta. Anathapindika đến gặp và hỏi xem liệu hoàng tử có muốn bán khu vườn của mình không nhưng vị hoàng tử nọ đã từ chối. "Hãy cho tôi một cái giá", Anathapindika tỏ ý quyết mua cho bằng được, nhưng hoàng tử Jeta lần nữa khẳng định rằng ông không muốn bán nó. "Tôi sẽ trả bất cứ giá nào mà ngài muốn", Anathapindika nói, và để khiến cho ông từ bỏ ý định mua khu vườn, hoàng tử nói: "Được rồi! Ông sẽ có được khu vườn với cái giá bằng số đồng tiền vàng đủ để phủ khắp mặt đất ở đấy."

Những tưởng với điều kiện như vậy có thể khiến Anathapindika nản chí, nhưng hoàng tử Jeta kinh ngạc khi thấy ông phấn khởi đồng ý và rời đi ngay để chuẩn bị số vàng. Chẳng lâu sau, một cổ xe chất đầy những đồng tiền vàng tiến đến khu vườn nọ và những người hầu bắt đầu trải chúng lên khắp mặt đất. Chứng kiến điều này, hoàng tử Jeta nhận ra quyết tâm có bằng được khu vườn của Anathapindika nên cuối cùng vị hoàng tử đã quyết định bán nó với một mức giá hợp lý cho ông. Anathapindika sau đó dành một số tiền khổng lồ để xây dựng các khu nhà ở, hội trường, nhà kho, đại sảnh, tạo cảnh vườn và đào ao trong khi Hoàng tử Jeta góp phần xây dựng một ngôi nhà bên cổng lối vào công viên thật ấn tượng cùng với tường thành xung quanh để đảm bảo sự tách biệt. Để ghi nhận công sức hai người, tu viện đó được đặt tên là rừng cây của Jeta và vườn của Anathapindika hay ngắn gọn là Rừng Cây Jeta (Jetavana).[1]

Từ sau năm Ngài sáu mươi tuổi, ngoại trừ mùa an cư cuối cùng thì Jetavana là nơi mà Đức Phật lưu lại suốt tất cả những mùa mưa và đó cũng là nơi Ngài tuyên thuyết nhiều bài Pháp hơn hết thảy bất cứ địa điểm nào khác. Những nơi ưa thích của Đức Phật ở Jetavana là hai am thất nhỏ, Kosambakuti và Gandhakuti. Gandhakuti (Hương-Thất) có tên đó bởi vì những đóa hoa mà mọi người liên tục mang đến dâng cúng cho Đức Phật đã khiến nơi đó có hương thơm dễ chịu. Gandhakuti có một khu tiếp khách, chỗ ngủ, nơi tắm và một cầu thang dẫn đến nơi Đức Phật thỉnh thoảng đứng vào buổi tối và nói chuyện với các Thầy Tỳ Khưu. Một phần công việc của Tôn giả Ananda là thường xuyên phủi bụi và làm sạch Gandhakuti, dọn dẹp những bông hoa đã héo và đặt ghế cùng giường về lại vị trí của chúng.

Mãi tới năm 1863, tàn tích của Jetavana được phát hiện, các nhà khảo cổ sau đó đã xác định được vị trí của Gandhakuti và Kosambakuti, và cho thấy rằng Jetavana là trung tâm của Phật giáo suốt từ thời Đức Phật cho đến thế kỷ 13.

Mặc dù Anathapindika đã xây nên Jetavana, nhưng đây chắc chắn không phải là mức giới hạn cho lòng hào phóng của ông. Trong suốt những năm về sau, ông đã dành một số tiền rất lớn để chu cấp năm thứ cần thiết cho Tăng đoàn, xây dựng và duy trì các tu viện, cũng như nhân danh Phật Giáo mà làm vô số việc thiện lành. Ông hiểu rằng nếu sự giàu có được sử dụng với một tâm thế hào sảng cùng lòng từ bi, thì nó sẽ là một phương tiện rất tốt trong việc giúp phát triển tâm linh.

Anathapindika không chỉ hào phóng với của cải vật chất của ông mà về mặt tinh thần cũng vậy. Khi còn trẻ, ông có một người bạn tên là Kalakanni mang ý nghĩa là "không may mắn", và hai người đã từng làm những chiếc bánh nướng bằng đất trong những lần chơi cùng nhau. Khi lớn lên, Anathapindika trở nên giàu có trong khi Kalakanni thì vẫn nghèo khó và liên tục gặp phải những bất hạnh. Hy vọng rằng người bạn cũ của mình có thể giúp đỡ, một ngày nọ Kalakanni với sự ngập ngừng và xấu hổ, đã đến gặp và hỏi xem liệu Anathapindika có thể giúp cho anh ta có một công việc hay không. Rất vui khi có thể giúp cho bạn mình, Trưởng giả Anathapindika đã giao cho anh ta công việc trông coi của cải ở một trong những ngôi nhà của ông. Gia đình Anathapindika khi ấy lấy làm không vui khi có Kalakanni trong nhà. "Sao ông lại có thể sử dụng người này? Hắn ta chẳng là gì ngoài một kẻ bị bỏ rơi. Chúng ta là một gia đình danh giá trong khi hắn ta còn thua một kẻ ăn xin. Với lại, chỉ riêng việc nghe cái tên Kalakanni được gọi trong nhà cả ngày đã chắc chắn sẽ mang lại nhiều xui xẻo rồi." Anathapindika trả lời: "Một người không được tạo nên bởi cái tên của họ. Những người mê tín sẽ phán xét người khác dựa vào tên của họ, nhưng người khôn ngoan sẽ phán xét người khác dựa vào phẩm chất của trái tim họ. Tôi sẽ không đuổi Kalakanni đi chỉ vì anh ta nghèo hoặc do tên họ anh ta. Chúng tôi đã là bạn của nhau từ khi còn nhỏ."

Gia đình Anathapindika im lặng sau khi nghe câu trả lời đó nhưng họ vẫn cảm thấy không vui. Một ngày kia, Kalakanni có việc phải trở về làng mình một thời gian, khi một nhóm trộm hay tin anh ta sẽ vắng nhà, chúng quyết định sẽ đột nhập vào nhà trộm của. Đêm đó họ lẻn đến mà không biết rằng Kalakanni đã hoãn chuyến đi của mình lại. Anh tỉnh dậy khi nghe tiếng những tên trộm bên ngoài cửa sổ, và nhận ra rằng bọn chúng khá đông, tất cả đều mang theo vũ khí. Anh lập tức vùng dậy, nói chuyện thật to, đập mạnh cửa, thắp sáng đèn tất cả các phòng và tạo nhiều tiếng ồn nhất mà anh có thể. Khi ấy, những tên trộm nghĩ rằng trong nhà đang có tiệc nên đều bỏ trốn đi. Khi việc này được truyền đi khắp vùng, Anathapindika gọi gia đình của mình, những người mà bây giờ rất biết ơn Kalakanni, và nói với họ, "Nếu ngôi nhà này không được một người bạn khôn ngoan và trung thành bảo vệ như vậy thì nó đã bị trộm rồi. Nếu ngày trước tôi nghe theo lời khuyên của mọi người ắt hẳn giờ đây tất cả chúng ta đã rơi vào một tình thế khác rồi. Không phải là tên họ hay sự giàu có làm nên một con người mà là trái tim của anh ta." Kalakanni sau đó được tăng lương và dần được cả gia đình chủ đón nhận.[2]

Sự giàu có vượt bậc cùng sự hào phóng tương ứng của Anathapindika đã là nguồn cảm hứng cho nhiều bài Pháp của Đức Phật, một trong số đó liên quan đến chủ đề khéo léo trong việc sử dụng của cải. Nhưng đôi khi, Anathapindika phải được nhắc nhở rằng, không phải sự xa hoa của một món quà là quan trọng và cũng như có một số thứ quan trọng hơn sự hào phóng, ví dụ như tình thương và sự hiểu biết. Trong bài Kinh Velama, Đức Phật kể cho Anathapindika về một người đã từng tặng những món quà xa hoa, nhưng vì không thực sự giúp ích được cho ai mấy, nên những món quà của ông không mang lại nhiều thiện nghiệp.

"Nếu người đó bố thí cho 100 người có chánh kiến, bố thí này quả lớn hơn. Nếu người đó bố thí cho 100 vị thánh Nhất Lai, bố thí này quả lớn hơn bố thí kia. Nếu người đó bố thí cho 100 vị thánh Bất Lai, bố thí này quả lớn hơn bố thí kia. Nếu người đó bố thí cho 100 vị Chánh Đẳng Giác, bố thí này quả lớn hơn bố thí kia. Bố thí đến toàn thể chúng Tỳ Khưu với Đức Phật là vị thượng thủ, thì bố thí này quả lớn hơn bố thí kia. Nếu người ấy xây dựng một tinh xá cho chúng Tăng, bố thí này quả lớn hơn bố thí kia. Quay về nương tựa nơi Phật, Pháp cùng Tăng và nghiêm giữ giới luật, bố thí này quả lớn hơn bố thí kia. Vượt trội hơn nữa đó là làm tràn ngập tâm với lòng từ. Tối thắng chính là phát triển tâm từ dù chỉ trong một khoảnh khắc."[3]

Về sau, Anathapindika trở nên nghèo khó do liên tục cho đi, và cũng do một số quyết định thiếu khôn ngoan trong kinh doanh. Cuối đời, ông ngã bệnh và Thầy Sariputta cùng Thầy Ananda thường đến thăm và an ủi ông với nhiều bài Pháp. Trải dài suốt dòng lịch sử, sự thiết lập và truyền bá của Phật giáo, thường luôn được sự hỗ trợ nhiệt tình và hào phóng từ các thương gia, cùng những doanh nhân giàu có, nhưng trong số đó, người đi đầu và tối thắng nhất chính là Anathapindika.

KHỦNG HOẢNG Ở KOSAMBI

Kosambi từng là một thành phố lớn nằm bên bờ sông Yamuna (Á-Mặc-Nạp), được bao bọc bởi tường thành đồ sộ. Vì là nơi giao nhau của nhiều trục đường chính, nên nó đã trở thành một trung tâm trao đổi và buôn bán. Ba thương nhân giàu có bậc nhất của thành phố là Ghosita, Kukkuta và Pavarika, lúc bấy giờ là bạn thân của nhau. Họ cùng nhau làm ăn buôn bán và có chung mối quan tâm về tôn giáo. Trưởng giả Ghosita đã vươn lên từ xuất thân khiêm tốn, để trở thành vị quan trông coi ngân khố cho Vua Udena của Kosambi. Lúc ông vừa chào đời thì mẹ ông, một người gái điếm đã bỏ ông lại tại một bãi rác bên đường. Khi ấy, một người qua đường đã cứu lấy đứa bé, và sau cùng ông được viên quan tri khố của hoàng gia nhận nuôi, vì vị này cũng đang mong có một cậu con trai. Được đặt tên là Ghosita, cậu bé lớn lên và được xem như một thành viên của gia đình. Nhưng chỉ sau một vài năm, vợ của vị quan đó hạ sinh một đứa con trai và lập tức vị thế của ông bị thay đổi. Viên quan tri khố đã âm mưu cho một người thợ gốm giết cậu và vứt xác phi tang. Theo kế hoạch đó, Ghosita được cha sai mang một phong thơ đến cho người thợ gốm, với nội dung chỉ điểm cho hắn biết rằng, cậu bé đưa thơ là người cần phải giết. Trên đường đi, cậu gặp người em trai nuôi của mình và cho rằng việc đưa thơ chỉ là việc vặt nên không cần vội, cậu rủ em cùng chơi bi với lời cá cược, ai thua sẽ phải mang bức thơ đến cho người thợ gốm. Kết quả Ghosita chiến thắng và người em đã phải đi giao bức thơ và bị giết. Một thời gian sau, trong một âm mưu khác để giết cậu, Ghosita được gửi đến một trong những người chịu trách nhiệm thu thuế cho vị quan tri khố, ở một vùng xa xôi hẻo lánh, vẫn là cùng với một một lá thơ bảo rằng phải giết cậu bé. Trên đường đi, Ghosita dừng lại dùng bữa tại nhà một triệu phú, và khi con gái của vị triệu phú nọ vừa trông thấy cậu, thì liền đem lòng yêu mến. Trong lúc nói chuyện, cô gái ngỏ ý muốn được xem bức thư mà Ghosita đang mang theo bên mình, sau khi cô ấy đọc và giải thích nội dung của nó cho cậu, Ghosita đã bị sốc. Họ quyết định viết một lá thư khác nói rằng viên thu thuế nên tác thành cho họ, xây cho họ một ngôi nhà để ở và chăm sóc cho họ. Hai người lên đường cùng với lá thư mới. Khi họ đến, viên thu thuế đã đọc lá thư và thực hiện y theo những lời dặn đó. Ghosita cùng người vợ trẻ của mình sống hạnh phúc trong vài năm cho đến một ngày nọ, họ nghe tin rằng vị quan tri khố bị ốm nặng và có khả năng không qua khỏi. Đôi vợ chồng trẻ lên đường về lại Kosambi để thăm ông lần cuối. Khi họ bước vào phòng, viên tri khố nhìn thấy họ và với hơi thở hấp hối ông nói, "Ta sẽ không để các ngươi thừa kế gia sản của ta." Tuy nhiên, vì lời nói của ông ta khi đó đã không còn được rõ ràng khiến cho mọi người nghĩ rằng ông đã nói: "Ta sẽ để cho các ngươi thừa kế gia sản của ta", và vì vậy Ghosita nhận được một phần thừa kế. Với số tiền nhận được, anh ta bắt tay vào kinh doanh và trở nên rất đỗi giàu có, và nhờ vào khả năng quản lý tiền bạc của mình nên cuối cùng ông được bổ nhiệm vào vị trí quan tri khố.

Ghosita với những người bạn của ông đã nghe nói về Đức Phật và một ngày nọ nhân lúc có việc cần làm ở Savatthi, ông đã đến gặp Đức Phật và thỉnh Ngài đến Kosambi. Ông cùng hai người bạn đã cúng dường cho Đức Phật ba khu vườn thật khả ý, và những nơi này phát triển dần thành các tu viện. Trong số đó, khu vườn của Ghosita tọa lạc ngay tại cổng phía Đông của Kosambi, thường được gọi là Ghositarama, đã trở thành một trung tâm lớn cho việc học tập Giáo Pháp.

Kosambi là nơi Đức Phật thường lưu lại và thuyết giảng nhiều bài Pháp. Người học trò nổi tiếng nhất của Ngài ở đó là người phụ nữ, tên Khujjuttara (Khố-Trúc-Đáp-Lạp). Cô là một nữ tỳ phục vụ trong hậu cung của Vua Udena, và vì Hoàng hậu Samavati cùng những nữ nhân khác không được phép rời khỏi hậu cung, cho nên một trong những công việc của cô là ra ngoài để lo những việc vặt cho họ. Một ngày nọ, cũng như mọi lần, Khujjuttara đi đến khu vườn để mua hoa cho hoàng hậu, và trong khi ở đó, cô ấy đã nghe được Đức Phật thuyết Pháp. Với căn tánh đặc biệt, cô đã thông hiểu rõ bài pháp và chứng được Thánh quả Nhập Lưu. Trở về lại hậu cung, cô kể cho hoàng hậu nghe về Giáo Pháp và niềm hân hoan của cô khi được nghe chúng. Hoàng hậu sau đó đã thường xuyên dặn cô đến diện kiến và lắng nghe những lời Đức Phật dạy, để cô có thể về lặp lại cho họ. Theo cách này, Khujjuttara đã trở nên vô cùng thông thạo về Pháp. Sự thật thì Đức Phật đã gọi cô là người học sâu hiểu rộng nhất trong tất cả các nữ đệ tử tại gia của Ngài. Tất cả các bài giảng trong Itivuttaka (Phật-Tự-Thuyết), một trong những quyển quan trọng nhất trong Tipitaka, là nhờ bà Khujjuttara ghi nhớ và thuật lại cho các Thầy Tỳ Khưu.

Chính tại Kosambi, cuộc khủng hoảng nghiêm trọng đầu tiên đã xảy ra cho Tăng đoàn. Chuyện là có hai Thầy Tỳ Khưu sống với nhau trong cùng một am thất, và trong hai Thầy có một vị hết lòng chuyên trì giới luật một cách cẩn trọng. Ngày nọ, vị thầy ấy đi vệ sinh và sau khi xong, Thầy đã không lấy đầy lại nước trong chậu. Vị Thầy bạn lúc đó đã trách mắng và buộc tội Thầy ấy đã vi phạm một điều luật. Một cuộc tranh cãi gay gắt nổ ra và ngày một lớn, vị Thầy thứ hai khăng khăng rằng Thầy đầu tiên đã phá vỡ một điều luật; còn Thầy đầu tiên thì khẳng định rằng không.1 Cuối cùng tất cả các Thầy ở Kosambi đều bị cuốn theo và về phe của một trong hai vị Thầy ấy, khiến cho cả hội chúng nơi đó trở nên "sống cạnh tranh, tranh luận, đấu tranh nhau, đả thương nhau bằng những binh khí miệng lưỡi."2 Đức Phật đã nhiều lần nỗ lực để hòa giải cho các vị ấy, nhưng khi các Thầy ấy nói với Đức Phật một cách vô lễ rằng "Ngài hãy lo chuyện của mình đi", thì đức Thế Tôn đã tỏ thái độ chê trách sự bất kính của họ bằng cách đứng dậy và rời đi. Ngài trở về dọn dẹp tinh thất của mình, cầm lấy y bát và đi đến vùng thích hợp hơn. Khi rời đi, Ngài đã thuyết lên bài kệ rằng:

> *"Hắn mắng tôi, đánh tôi,*
> *Hắn hạ tôi, cướp tôi,*
> *Ai ôm niềm hận ấy,*
> *Hận thù không thể nguôi.*
> *Hắn mắng tôi, đánh tôi,*
> *Hắn hạ tôi, cướp tôi,*
> *Ai xả niềm hận ấy,*
> *Hận thù tự nhiên nguôi.*
> *Hận thù diệt hận thù,*
> *Đời này không thể có,*
> *Từ bi diệt hận thù,*
> *Là định luật nghìn thu."* 3*

Cách Kosambi không xa, có một khu vườn tên là Đông Trúc Lâm, đấy là nơi một nhóm các Thầy Tỳ Khưu mà đứng đầu là Tôn giả Anuruddha cư ngụ, và Đức Phật quyết định đi đến đó. Khi Ngài đến, người giữ vườn vì không biết Ngài là ai nên đã ngăn Ngài lại và nói: "Các Thầy ở đây thích sự tịch tịnh. Xin đừng làm phiền đến họ." Tôn giả

---

* Trích thi kệ Pháp Cú Kinh do cư sĩ Tịnh Minh dịch năm 1987.

Anuruddha trông thấy vậy liền đi tới bảo người giữ vườn hãy yên tâm và nghênh đón Đức Phật. Cố nhiên ngay lập tức Đức Phật thấy rằng, trái ngược hoàn toàn với các Thầy ở Kosambi, những Thầy Tỳ Khưu ở đây chung sống hòa thuận với nhau và tu tập rất đỗi tinh tấn. Khi Đức Phật hỏi rằng họ đã làm được điều đó như thế nào thì Tôn giả Anuruddha trả lời:

"Bạch Thế Tôn, ở đây con nghĩ như sau: "Thật lợi ích thay cho ta, thật tốt cho ta, khi ta được sống với các đồng Phạm hạnh như vậy." Con thực tập thân hành, khẩu hành và ý hành đối với các vị ấy bằng sự từ ái dù ở nơi đông người hay vắng người. Con nghĩ như sau: "Tại sao ta không từ bỏ mong muốn của mình và sống thuận theo mong muốn của những Tôn giả này."

Và con đã thực tập như vậy. Bạch Thế Tôn, chúng con tuy khác thân nhưng chúng con đồng một tâm. Đó là cách chúng con chung sống hoan hỷ và hòa hợp như nước với sữa, sống nhìn nhau bằng ánh mắt thiện cảm. Tôn giả Anuruddha tiếp tục với sự mô tả cách, mà các Thầy ấy quan tâm lẫn nhau trong đời sống hàng ngày.

"Ở đây chúng con ai đi vào làng khất thực về trước, người ấy sắp đặt các chỗ ngồi, soạn sẵn nước uống, nước rửa chân, soạn sẵn một bát để bỏ đồ dư. Ai đi vào làng khất thực về sau, người ấy với các thức ăn còn lại, nếu muốn thì ăn, nếu không muốn thời bỏ vào chỗ không có cỏ xanh, hay đổ vào nước không có loài côn trùng. Người ấy xếp dọn lại các chỗ ngồi, cất đi nước uống, nước rửa chân, cất đi cái bát để bỏ đồ dư và quét sạch nhà ăn. Ai thấy ghè nước uống, ghè nước rửa chân, hay ghè nước trong nhà cầu hết nước trống không, người ấy sẽ làm đầy chúng. Nếu làm không nổi với sức bàn tay của mình, người ấy dùng tay ra hiệu gọi người giúp đỡ. Dầu vậy, bạch Thế Tôn, chúng con không vì vậy gây ra tiếng động. Và cứ mỗi năm hôm, chúng con suốt cả một đêm ngồi đàm luận về Giáo Pháp."[4]

Sau khi ở lại Đông Trúc Lâm ít hôm, Đức Phật thấy cần một khoảng thời gian một mình, do đó Ngài đã đi đến khu rừng gần làng Parileyya. Khu rừng này có tiếng là nơi trú ngụ của các loài động vật hoang dã, rất ít người lui tới nơi này, và Đức Phật đã chuẩn bị sẵn sàng cho việc không tiêu thụ thực phẩm để có thể sống độc cư một thời gian. Ngài ngồi xuống dưới gốc một cây Sala khả ái, và bắt đầu thiền quán. Một lúc sau, một con voi đực to lớn xuất hiện và trút nước từ trong vòi vào bình bát của Đức Phật. Một con khỉ cũng hái trái cây và mỗi ngày nó mang đến cho Ngài. Với sự yểm trợ của những con vật này, Ngài đã có một khoảng thời gian không cần tiếp xúc với bất kỳ người nào. Giống như nhiều người khác, Đức Phật cảm thấy rằng vẻ đẹp của rừng cùng sự đồng hành của các con vật, có thể giúp ta thoát khỏi sự ồn ào và náo nhiệt của xã hội.[5]

Đức Phật quyết định rời đi sau khi trú ở Parileyya được một thời gian, và vì không muốn trở lại Kosambi, Ngài đã đi về Savatthi. Trong khi đó, quay lại tình hình ở Kosambi, các cư sĩ ở đó quyết định ngưng mọi sự hỗ trợ mà họ dành cho Tăng đoàn, các Thầy Tỳ Khưu bắt đầu trở về sau những buổi khất thực với bình bát trống rỗng. Họ dần tự thấy mỗi ngày một ít lý do hơn để tiếp tục tranh chấp, và khi cơn sân được lắng dịu họ bắt đầu cảm thấy xấu hổ về bản thân mình. Cuối cùng, một nhóm các Thầy Tỳ Khưu đã được cử đi đến Savatthi để gặp Đức Phật và cầu xin được sám hối, sau khi được Đức Phật hứa khả, cuộc tranh chấp ở Kosambi chấm dứt.

RAHULA - NGƯỜI CON TRAI CỦA ĐẤNG GIÁC NGỘ

Ngay trước khi Thái tử Siddhartha từ bỏ đời sống thế tục, vợ chàng, Yasodhara đã hạ sinh một bé trai. Theo như truyện được ghi lại, khi được hay tin vợ mình sanh, Ngài đã thốt lên rằng: "Một cái gông cùm (rahula) đã được sinh ra, một sợi dây trói buộc đã được sinh ra", và đây là lý do cậu bé có cái tên đó. Cũng có nhiều khả năng tên của cậu ấy được đặt theo hiện tượng nguyệt thực (rahu), mà có thể đã xảy ra vào khoảng thời gian chào đời của mình. Nhưng cho dù với lý do nào thì sự ra đời của đứa trẻ này, chỉ khiến cho mong muốn được thoát khỏi cái, mà với Thái tử Siddhartha là một chiếc lồng bằng vàng, trở nên khó khăn hơn rất nhiều. Vào cái đêm mà chàng quyết định ra đi, Thái tử hướng mắt về chiếc giường hoàng gia, nơi vợ và con của chàng đang yên giấc để ngắm nhìn họ lần cuối, nhưng vòng tay của vợ đã che khuất gương mặt đứa bé.

Bảy năm sau, khi Đức Phật trở lại thăm Kapilavatthu, Yasodhara đã đưa cậu bé Rahula đi nghe Thế Tôn thuyết giảng. Khi đến nơi, nàng đã nói với con trai:

"Đó là cha của con, này Rahula. Hãy đi tới và hỏi người về gia tài thừa kế của con đi."

Đứa trẻ đi qua hội chúng và đến trước Đức Phật rồi nói:

"Cái bóng của người thật là mát mẻ và êm dịu, bạch Sa Môn."

Khi buổi thuyết Pháp kết thúc và Đức Phật rời đi, Rahula đi theo sau Ngài, và trong khi đi một bên, Rahula đã thưa:

"Hãy trao cho con gia tài mà con đáng được thừa kế, thưa Ngài Sa Môn."

Hẳn nhiên Đức Phật không còn vàng bạc hay tài sản nhưng Ngài có một thứ quý giá hơn bội phần - Chánh Pháp, nên Ngài đã quay sang thầy Sariputta và nói:

"Này Sariputta, Thầy hãy xuống tóc cho chú bé này."[1]

Sau đó, cha của Đức Phật - Vua Suddhodana và Yasodhara đã than phiền rằng, cậu bé đã bị đem đi mà không có phép của họ, vì lẽ đó đức Phật đã ra một quy định rằng, trước khi một người muốn được xuất gia thì cần phải có sự đồng ý của cha mẹ.[2]

Như để bù đắp cho suốt bảy năm lớn lên trong cảnh vắng cha, Đức Phật rất quan tâm đến việc giáo dục đạo đức và tinh thần của Rahula nên đã nhiều lần tự mình dạy dỗ chú ấy. Ngài còn dạy Thầy Sariputta làm Thầy truyền giới và Thầy Moggallana làm Thầy y chỉ cho chú Rahula. Rahula đã đáp lại sự dạy dỗ ưu tú này bằng cách trở thành một cậu học trò ham học và vô cùng chăm chú. Người ta kể rằng mỗi buổi sáng sau khi thức dậy, chú ấy sẽ vóc một nắm cát và tự nhủ mình rằng:

"Mong rằng hôm nay, số từ của những lời dạy dỗ mà con nhận được từ Thầy của mình sẽ nhiều như số hạt cát này vậy."

Kết quả của sự nhiệt tình này là Đức Phật đã tuyên bố, trong số tất cả các đệ tử của Ngài, Rahula là người ham học nhất. Khi Rahula còn bé, Đức Phật đã chia sẻ với chú ấy những khía cạnh của Giáo Pháp phù hợp với lứa tuổi của chú, và theo cách mà chú có thể tiếp thu và ghi nhớ.

Một lần, Đức Phật lấy một chậu nước rồi gọi Rahula đến bên cạnh và nói rằng:

"Này Rahula, chú có thấy một ít nước còn lại này trong chậu không?"

"Con có thấy, bạch Thế Tôn"

"Cũng ít vậy, này Rahula, là Sa môn hạnh của những người không hổ thẹn với việc cố tình nói láo."

Đức Phật sau đó đã đổ nước đi và nói:

"Này Rahula, chú có thấy chút ít nước còn lại ấy mà ta đã đổ đi không?"

"Con có thấy, bạch Thế Tôn."

"Cũng đổ đi vậy, này Rahula, là Sa môn hạnh của những người không hổ thẹn với việc cố tình nói láo."

Rồi Thế Tôn lật úp chậu nước ấy và bảo:

"Này Rahula, chú có thấy chậu nước bị lật úp ấy không?"

"Con có thấy, bạch Thế Tôn."

"Cũng lật úp vậy, này Rahula, là Sa môn hạnh của những người không hổ thẹn với việc cố tình nói láo."

Rồi Thế Tôn lật ngửa trở lại chậu nước ấy và bảo Tôn giả Rahula:

"Này Rahula, chú có thấy chậu nước này trống không không?"

"Con có thấy, bạch Thế Tôn."

"Cũng trống không vậy, này Rahula, là Sa môn hạnh của những người không hổ thẹn với việc cố tình nói láo."

Đức Phật sau đó đã gây ấn tượng với con trai về tầm quan trọng của việc nói sự thật.

"Này Rahula, đối với ai mà không biết hổ thẹn với việc cố tình nói láo thì không có điều ác nào mà người đó không làm. Do vậy, chú nên tự rèn luyện rằng: "Ta quyết không nói dối cho dù là nói đùa vui."

Sau khi giải thích những gì cần làm, Đức Phật tiếp tục hướng dẫn cho Rahula cách để có thể được thực hiện những điều ấy.

"Này Rahula, chú nghĩ thế nào? Mục đích của cái gương là gì?

"Bạch Thế Tôn, mục đích của tấm gương là để tự soi chính mình."

"Cũng vậy, này Rahula, một người trước khi thực hiện những nghiệp về thân, khẩu hay ý cần phải tự soi xét lại chính mình. Trước khi thực hiện nghiệp thân, khẩu hay ý, người ấy nên suy nghĩ rằng: "Việc ta sắp làm có mang đến tai hại cho ta hay cho người khác không?" Nếu câu trả lời là có thì chú chớ nên thực hiện. Nhưng nếu câu trả lời là không thì chú hãy nên thực hiện. Chú nên quán xét như vậy cả trong khi đang thực hiện và sau khi chú hoàn thành việc đó. Như vậy, này Rahula, chú nên thực tập tự nhắc nhở mình rằng: "Ta chỉ thực hiện một nghiệp sau khi đã nhiều lần xem lại chính mình, soi xét lại chính mình."3

Chú Rahula được rèn luyện trong mười giới, cùng các uy nghi của tu viện cho đến khi chú ấy mười tám tuổi, Đức Phật thấy rằng chú đã sẵn sàng cho thiền tập, nên đã hướng dẫn cho chú ấy cách để thực hành.

"Này Rahula, hãy tu tập phát triển tâm giống như bốn nguyên tố của tự nhiên (đất, nước, lửa và gió) bởi vì nếu thực tập như vậy, những xúc cảm khả ý hoặc không khả ý đã được khởi lên và chiếm giữ tâm trí sẽ không tồn tại. Giống như khi người ta quăng phân uế, nước tiểu, nhổ nước miếng, quăng mủ và quăng máu trên đất hay vào trong nước, vào lửa hay là gió, dẫu vậy, đất, nước, lửa hay gió sẽ không lo âu, khó chịu hay dao động. Cũng vậy, hãy tu tập phát triển tâm giống như bốn nguyên tố lớn. Này Rahula, hãy tu tập phát triển tâm từ, do sự tu tập đó, cái gì thuộc sân tâm sẽ được trừ diệt. Hãy tu tập phát triển tâm bi, do sự tu tập đó, cái gì thuộc hại tâm sẽ được trừ diệt. Hãy tu tập phát triển tâm hỷ, do sự tu tập đó, cái gì thuộc bất lạc sẽ được trừ diệt. Hãy tu tập phát triển tâm xả, do sự tu tập đó, cái gì thuộc hận tâm sẽ được trừ diệt. Hãy tu tập quán bất tịnh, do sự tu tập đó, cái gì thuộc tham ái được trừ diệt. Hãy tu tập quán vô thường, do sự tu tập đó, cái gì thuộc ngã mạn được trừ diệt."[4]

Nương theo lời khuyên bảo và hướng dẫn của Đức Phật về thiền tập, chú Rahula cuối cùng cũng đã giác ngộ khi chú ấy vẫn đang mười tám tuổi. Kể từ đó, những người bạn thường gọi chú là Rahula may mắn (Rahulabhadda) và để giải thích nguyên do được đặt cho tên này, chú đã nói:

Họ gọi tôi là Rahula may mắn vì hai lý do:

Thứ nhất vì tôi là con trai của Đức Phật.

Và lý do còn lại là do tôi đã thấy được chân lý.[5]

Ngoài những điều này thì chúng ta biết rất ít về Rahula. Thầy ấy dường như không nổi bật lắm trong cả vai trò là Thầy giáo thọ và Thầy y chỉ cho những Thầy khác. Có thể là do Thầy Rahula cố tình lui mình về phía sau, để tránh bị người khác cho rằng Thầy ấy lợi dụng vị thế là con trai của Bậc Giác Ngộ.

NHỮNG ĐỆ TỬ TẠI GIA NỔI TIẾNG

Mọi người thường nhầm tưởng rằng công việc của những Tăng Ni là thực hành và giảng dạy Giáo Pháp, trong khi đó, phần việc của các nam nữ cư sĩ là thực tập năm giới và hỗ trợ, chu cấp những gì thiết yếu cho hàng Tăng Ni. Đây là một niềm tin thiếu chính xác và thật sự nguy hiểm. Điều đó đã dẫn đến sự sai lạc về Giáo Pháp ở những quốc gia, mà niềm tin trên được phổ biến và chấp nhận rộng rãi. Mục tiêu của Đức Phật là phát triển một hội chúng đệ tử gồm xuất gia và tại gia, nam cùng với nữ, những người đã được học tập Giáo Pháp tường tận, thực hành Giáo Pháp trọn vẹn cũng như là biết chia sẻ và học hỏi Giáo Pháp lẫn nhau.[1] Trong khi Đức Phật ca ngợi Anathapindika (Cấp-Cô-Độc), vì sự bố thí rộng khắp của ông, thì Ngài đã dành riêng lời khen ngợi cao nhất cho Citta của Macchikasanda và Hatthaka của Alavi bởi vì cả hai đều đã khéo léo và không ngừng bố thí một thứ quý giá hơn những thứ vật chất rất nhiều -đó chính là Giáo Pháp.[2]

Citta là mẫu người Phật tử mà sự hiểu biết và cách hành xử của ông, đã được Đức Phật thường khuyên mọi người nên noi theo. Vào một dịp, Đức Phật đã dạy các Thầy Tỳ Khưu rằng:

"Nếu một người mẹ tận tụy muốn khuyến khích người con trai yêu dấu duy nhất của mình một cách thích hợp, thì cô ấy nên nói với anh ta rằng: "Con hãy cố gắng trở thành như nam cư sĩ Citta và nam cư sĩ Hatthaka của Alavi.""[3]

Citta là một thương gia giàu có và là một địa chủ ở thị trấn Macchikasanda, không xa Savatthi. Bài Pháp đầu tiên mà ông được nghe dường như là từ Thầy Mahanama. Sau bài Pháp, ông đã dâng cúng đến Tăng chúng một khu vườn, mà trên đó ông cho xây dựng một tịnh xá vô cùng rộng lớn. Về sau, bất kỳ vị Tăng Ni nào du hóa đến Macchikasanda, đều luôn được đón chào nồng nhiệt và nhận được sự hỗ trợ đầy đủ. Đức Phật xem Citta là người hiểu biết và sáng suốt nhất trong hội chúng giáo thọ cư sĩ. Sau khi thọ lãnh Giáo Pháp, ông đã giảng giải lại cho những người trong thị trấn và hướng dẫn được năm trăm người trong số họ phát tâm vào đạo. Nhân một dịp, ông đã đưa tất cả những người mới đó đến Savatthi để gặp Đức Phật. Các bài kinh trong Tipitaka được giảng, và bởi Citta đã cho thấy sự thông hiểu sâu sắc của ông về các khía cạnh tinh tế nhất của Pháp, và thực sự về sau ông đã đạt được thánh quả Bất Lai.

Có một lần, khi một nhóm các Thầy đang ngồi thảo luận về Pháp tại một gian nhà trong tịnh xá mà Citta đã xây dựng. Một số Thầy cho rằng chính các đối tượng của tri giác (Sáu Trần) trói buộc tâm trí, trong khi những thầy khác lại nghĩ rằng các căn (Sáu Căn) mới chính là nguyên nhân của các vấn đề. Citta đi đến tu viện, và khi nhìn thấy các Thầy, ông hỏi họ đang thảo luận điều gì, và các Thầy đã kể lại cho ông. Khi đó Citta đã nói rằng:

"Bạch chư Đại Đức, hai thứ: các căn và các trần, là khác nhau. Con sẽ dùng một sự so sánh để các Thầy có thể hiểu ý của con. Giả sử một con bò đen và một con bò trắng được buộc lại với nhau bằng một cái ách hoặc sợi dây thừng. Bấy giờ liệu có đúng không nếu nói rằng con bò đen là sự ràng buộc của con bò trắng hoặc con bò trắng ràng buộc con bò đen?"

"Hẳn là không", các Thầy trả lời. "Con bò đen không phải là xiềng xích trói buộc con bò trắng và con bò trắng cũng không phải là sự trói buộc của con bò đen. Cả hai đều bị trói buộc bởi cái ách hay sợi dây thừng.”

Citta đồng ý và nói:

“Vâng, thưa các Đại Đức, cũng như thế, mắt không phải là gông cùm của các đối tượng thị giác và các đối tượng thị giác cũng không phải là gông cùm trói buộc mắt. Mà đúng hơn, chính dục nảy sinh từ sự tiếp xúc của cả hai mới là sự trói buộc. Và cũng tương tự như vậy với các căn (giác quan) và các đối tượng của chúng.”

Các Thầy đã rất hài lòng với sự giải thích và trả lời câu hỏi một cách sáng suốt và dễ hiểu của cư sĩ Citta.[4]

Vào một dịp khác, Thầy Kamabhu bị lúng túng bởi một trong những lời dạy của Đức Phật, đã đem hỏi Citta rằng liệu ông có thể giải thích ý nghĩa của nó không. Lời dạy đó là:

“Bộ phận được tinh thuần,
Mái trần che mầu trắng,
Chỉ có một bánh xe,
Cỗ xe liên tục chạy.
Hãy xem vị đang đến,
Không vi phạm lỗi lầm,
Chặt đứt được dòng nước,
Không còn bị trói buộc.”

Từ cái thấy sâu sắc của mình, Citta đã giải thích bài kệ trên một cách chi tiết. Ông nói: “Bộ phận được tinh thuần” có nghĩa là giới hạnh, “mái trần che màu trắng” là sự giải thoát, “chỉ có một bánh xe” là chánh niệm, “liên tục chạy” là đến và đi. “Cỗ xe” có nghĩa là thân thể, “vị đang đến” là người chứng ngộ, “dòng nước” là sự khát ái, “không vi phạm lỗi lầm”, “người chặt đứt được dòng nước” và "không còn bị trói buộc" nghĩa là người đã đoạn tận tất cả lậu hoặc." Khả năng diễn giải những Giáo Pháp sâu sắc từ một bài kệ, mà thoạt nhìn dường như chỉ là một bài kệ với những từ ngữ đẹp của Citta, đã làm Thầy Kamabhu ngạc nhiên và hoan hỷ.[5]

Nhưng Citta không những chỉ có thể giảng dạy Giáo Pháp, mà ông còn có thể chứng tỏ sự vượt trội của nó so với các giáo lý khác. Một lần, Nigantha Nataputta, người sáng lập của Jaina giáo (Kỳ-Na-Giáo) và là một trong những vị Thầy tâm linh nổi tiếng nhất thời bấy giờ, đã đến Macchikasanda cùng với hội chúng đông đúc các đệ tử của mình. Khi Citta đi gặp Nataputta, vị Đạo sư ấy biết rằng Citta là đệ tử của Phật nên đã hỏi ông rằng:

"Ông có tin lời Đức Phật dạy rằng: Trạng thái thiền định mà mọi ý nghĩ đều dừng lại là có thể chứng đạt được?"

"Không", Citta đã trả lời, "Đức Phật có dạy điều này nhưng tôi không tin vào nó."

Ngạc nhiên và hài lòng khi thấy Citta dường như đang nói rằng ông nghi ngờ một số lời dạy của Đức Phật, Nataputta nhìn quanh tất cả các đệ tử của mình và nói:

"Hãy xem Citta thật là một người chính trực và thông tuệ. Bất cứ ai tin vào một trạng thái thiền định, trạng thái mà mọi suy nghĩ đều dừng lại tức là tin rằng có thể bắt trọn được tâm với một cái lưới hoặc là dùng tay chặn đứng dòng chảy của sông Hằng."

Khi ông kết thúc, Cư sĩ Citta đã hỏi:

"Điều gì tốt hơn, thưa tôn giả, là trí hay lòng tin?"

"Trí thù thắng hơn nhiều so với niềm tin" Nataputta trả lời:

"Vâng, tôi có thể đạt được trạng thái thiền định mà ở đó mọi ý nghĩ đều chấm dứt. Vậy thì tại sao tôi còn cần phải tin điều Phật nói là sự thật. Tự tôi đã biết nó là sự thật."

Bực mình vì bị mất mặt, Nataputta một lần nữa nhìn quanh các đệ tử của mình và nói:

"Hãy xem Citta này thật là một kẻ xảo quyệt, lừa lọc và không chân thật."

Vẫn giữ vẻ bình tĩnh và thản nhiên trước cơn giận dữ, Citta nói:

"Nếu lời nói đầu tiên của Tôn giả là đúng, thời lời tuyên bố thứ hai sẽ là sai, và nếu lời nói thứ hai của Tôn giả là đúng thời tuyên bố đầu tiên sẽ là sai lầm."

Nói xong, Citta đứng dậy và rời đi trong khi Nataputta khó khăn cố tìm cách trả lời.[6]

Về lúc cuối đời, Citta bị ốm nặng và gia đình ông biết chắc rằng ông không còn sống bao lâu nữa. Khi nằm trên giường bệnh của mình, chư thiên đã tự hội lại quanh ông và khuyên ông nên hướng tâm mình tái sinh vào nơi giàu có và quyền thế. Biết rằng mình đã chứng đạt thánh quả Bất Lai (không còn trở lại) và đã định sẵn sẽ tái sinh về một trong những cõi trời cao, ông đã trả lời với chư thiên rằng: "Cái ấy là vô thường nên cần phải bỏ đi và vượt qua." Không thể nhìn thấy chư thiên nên gia đình và bạn bè của Citta cho rằng ông đã mê sảng. Citta cho họ biết rằng ông đang nói chuyện với chư thiên và sau khi khuyến khích những người xung quanh trở về nương tựa Tam Bảo, ông đã nhẹ nhàng ra đi.[7]

Một người đệ tử tại gia xuất sắc khác là Hatthaka của Alavi, con trai của vua xứ Alavi. Hatthaka lần đầu gặp Đức Phật khi ông đang đi dạo trong một buổi tối mùa Đông. Ngạc nhiên khi thấy một người khổ hạnh chỉ khoác trên mình một tấm y mỏng và nằm nghỉ trên nền đất cứng, Hatthaka đã hỏi Phật:

"Ngài có thấy hạnh phúc không?"

Đức Phật trả lời,

"Này gia chủ, ta hạnh phúc."

"Nhưng thưa Ngài", Hatthaka hỏi, "Mặt đất thì cứng và gió thì lạnh, sao Ngài có thể thấy hạnh phúc được?"

Đức Phật hỏi lại ông:

"Mặc dù sống trong một căn nhà được khéo lợp, ấm cúng, cùng với một chiếc giường thoải mái và được hai người vợ chăm sóc, có thể nào do tham lam, sân hận, sợ hãi hay tham vọng mà một người đàn ông có thể cảm thấy không vui không?"

"Có", Hatthaka trả lời, "điều đó là hoàn toàn có thể."

"Vậy thì" Đức Phật nói, "Ta đã thoát khỏi mọi tham lam, sân hận, sợ hãi và tham vọng, nên cho dù ta ngủ ở đây hay trong một ngôi nhà ấm cúng, ta luôn hạnh phúc, luôn rất hạnh phúc."[8]

Hatthaka không nổi tiếng nhiều vì sự hào phóng hay những hiểu biết của ông về Pháp, mà là khả năng thu hút mọi người thích thú Giáo Pháp. Có một lần, ông dẫn năm trăm người, tất cả đều rất tha thiết được thực hành Giáo Pháp, đến để gặp Phật. Khi ấy Phật đã hỏi ông:

"Làm sao con có thể khiến cho nhiều người thích thú với Giáo Pháp như vậy?"

Hatthaka trả lời:

"Bạch Thế Tôn, con làm điều đó bằng cách sử dụng bốn nhiếp pháp mà chính Ngài đã dạy con. Khi con biết rằng người này có thể thâu nhiếp nhờ bố thí, thời con thâu nhiếp người ấy với bố thí. Khi con biết rằng người này có thể thâu nhiếp nhờ ái ngữ, thời con thâu nhiếp người ấy với ái ngữ. Khi con biết rằng người đó cần phải thâu nhiếp nhờ lợi hành (làm việc tốt cho họ), thời con thâu nhiếp người ấy với lợi hành và khi con biết rằng người đó có thể thâu nhiếp nhờ đồng sự (đối xử với họ bình đẳng), thời con thâu nhiếp người ấy với đồng sự."

Rõ ràng khi mọi người tham dự các buổi chia sẻ về Giáo Pháp do Hatthaka tổ chức, họ luôn nhận được sự chào đón nồng nhiệt khiến cho họ cảm thấy được yêu mến và được tôn trọng. Chính vì vậy họ sẽ trở lại và dần quan tâm nhiều hơn đến Giáo Pháp. Đức Phật đã ca ngợi sự khéo léo của Hatthaka:

"Lành thay, Hatthaka, lành thay, đây là cách để thâu nhiếp mọi người."

Sau khi Hatthaka rời đi, Đức Phật nói với các Thầy:

"Hãy thọ trì rằng Hatthaka của Alavi thành tựu được tám phẩm chất vi diệu và tuyệt vời này. Ông ấy có lòng tin, đức hạnh, tận tâm và biết xấu hổ, ông nghe nhiều, hào phóng, có trí tuệ và khiêm tốn."[9]

Đức khiêm tốn là nét nổi bật trong tính cách của Hatthaka. Trong khi một số người tự hào về sự giàu có của họ hoặc bị thúc đẩy bởi sự tự đề cao mình trong việc khuyến dụ người khác vào Giáo Pháp, Hatthaka luôn giữ im lặng và không tự phụ. Ông làm tất cả những gì có thể để giúp mọi người thích thú với Giáo Pháp, và điều đó hoàn toàn xuất phát từ lòng quan tâm của ông đến họ, chứ không phải để tạo nên danh tiếng cho bản thân. Vào một dịp khác, khi Hatthaka nghe các Thầy cho biết rằng Đức Phật đã ca ngợi nhiều phẩm chất tốt đẹp của ông, ông nói:

"Con hy vọng rằng không có người cư sĩ nào có mặt lúc Đức Phật khen con."

Các Thầy đã chắc chắn với ông rằng khi đó không có người cư sĩ nào khác và sau đó, khi các Thầy về thưa lại điều này với Đức Phật, Ngài đã nói:

"Lành thay, lành thay. Thiện nam tử đó thật là một người khiêm tốn. Ông ấy không muốn các thiện pháp của mình được người khác biết đến. Khiêm tốn là một phẩm chất tốt đẹp khác của Hatthaka."[10]

Khi Hatthaka mạng chung, ông được tái sinh làm một thiên tử, và vào một đêm, ông đã đến thăm Đức Phật. Đức Phật hỏi liệu ông có hối hận điều gì hay không và thiên tử Hatthaka trả lời:

"Con chết đi và chỉ hối hận vì cảm thấy rằng mình chưa bao giờ được thấy đức Thế Tôn đủ, được nghe Giáo Pháp đủ và được phụng sự cho Giáo Pháp đủ."[11]

Vào thời của Đức Phật, phụ nữ ít có vai trò trong xã hội ngoại trừ làm vợ hoặc mẹ. Nhưng khi Ni đoàn được thành lập, phụ nữ ngay lập tức có một con đường để phát triển tâm linh và cơ hội để chứng minh mình cũng là những bậc thầy giỏi giang. Đức Phật đã khen ngợi Ni sư Khema là người đệ tử Ni trí tuệ đệ nhất, Patacara (Ba-La-Già-Na) là đệ nhất thông luật (vì sự tinh thông giới luật tu viện) và Dharmadinna (Đạt-Ma-Đề-Na) là thuyết pháp đệ nhất vì năng lực và khéo léo của bà trong việc dạy Pháp.[12] Và không chỉ các nữ tu mới trở thành những đệ tử mẫu mực mà các nữ cư sĩ cũng vậy. Một trong những nữ đệ tử quan trọng nhất của Phật là Samavati (Sa-Mã Ngõa-Đế), người có một câu chuyện dài và thú vị.

Trước kia có một người đàn ông sống cùng vợ mình trong một ngôi làng ở Vamsa, với cô con gái đặc biệt xinh đẹp của họ tên là Samavati. Đó là một gia đình rất hạnh phúc, cho tới khi một trận đại dịch bùng phát ở làng vào một mùa hè, đã giết chết nhiều người và buộc những người khác phải tháo chạy khỏi làng. Samavati và cha mẹ cô cùng nhiều người khác đã đến Kosambi, thủ đô của Vamsa với hy vọng sẽ tìm được sự cứu giúp. Thành phố khi ấy đầy dẫy những người tị nạn, và những người dân có lòng quan tâm ở đó đã thiết lập các trạm tế bần, để cung cấp thức ăn cho người tị nạn. Khi thức ăn được phân phát vào mỗi buổi trưa, cảnh xô đẩy và xáo trộn đã xảy ra, khi những người tị nạn tuyệt vọng cố gắng giành lấy về mình càng nhiều càng tốt, với nỗi sợ rằng ngày mai sẽ không còn. Lần đầu khi Samavati đến nhận thức ăn, cô ấy hỏi xin đủ cho ba người, ngày hôm sau cô ấy xin đủ cho hai người và cuối cùng chỉ xin cho một người. Mitta, người chịu trách nhiệm phân phát thức ăn ở nơi mà Samavati đến, đã để ý điều này và ông đã châm biếm cô ấy rằng: "Vậy là cuối cùng cô đã biết được dạ dày của mình có thể chứa được bao nhiêu rồi phải không?" "Không", Samavati giải thích, "Lúc đầu, tôi cần xin đủ cho bản thân và bố mẹ. Sau đó cha tôi qua đời, nên tôi chỉ cần đủ cho hai người. Hôm nay mẹ tôi đã chết, vì vậy bây giờ tôi chỉ cần đủ cho bản thân mình." Khi Mitta nghe vậy, ông cảm thấy rất xấu hổ vì đã châm biếm cô nên đã xin lỗi Samavati. Cô chia sẻ với Mitta về những thời điểm khó khăn mà cô đã gặp phải, và bị xúc động bởi sự thương cảm, Mitta đã hỏi Samavati rằng liệu ông có thể nhận cô làm con gái của mình hay không - một lời đề nghị mà cô đã rất biết ơn và chấp nhận.

Bấy giờ, hoàn cảnh của cô đã được tốt hơn, Samavati bắt đầu giúp đỡ để cải thiện tình trạng của rất nhiều người tị nạn khác. Cô đã đưa trật tự và kỷ luật vào những trại tế bần, kết quả là thay vào những đám đông xô đẩy và ồn ào là những hàng đợi trật tự, được đảm bảo rằng mọi người đều có phần như nhau mà không ai phải rời đi tay không.

Một ngày nọ, Ghosita, một thương gia giàu có được bổ nhiệm trông coi ngân khố của hoàng gia, đang du hành quanh thành phố và ông nhận thấy sự hiệu quả của công việc phân phối thực phẩm, nên ông ta đã hỏi Mitta về người chịu trách nhiệm của công việc này. Samavati được giới thiệu tới Ghosita và ngay khi gặp cô, ông đã ấn tượng bởi vẻ đẹp của cô và cũng bởi sự kiên nhẫn trong cách cô thực hiện công việc của mình. Ông hỏi Mitta rằng liệu ông có thể nhận nuôi Samavati hay không. Khi ấy Mitta đành miễn cưỡng đồng ý vì biết rằng Samavati bây giờ sẽ là người kế thừa một khối tài sản vô cùng lớn.

Thế là, trong vòng vài tháng, Samavati từ cảnh nghèo túng đã trở nên giàu sang và có địa vị. Nhưng ngay sau đó cô thậm chí còn vươn lên cao hơn nữa. Bấy giờ cô giao thiệp với những nhóm người cao quí trong xã hội và Vua Udena của Kosambi đã bắt đầu để ý đến cô. Nhà vua khi ấy đã có hai người vợ, Vasuladatta và Magandiya, cả hai mặc dù đều rất xinh đẹp nhưng lại có những tính nết không dễ thương khiến Vua Udena cảm thấy buồn và cô đơn. Ngay khi nhìn thấy Samavati, vua đã yêu cô và nhất quyết sẽ cưới cô làm vợ. Vua thông báo cho Ghosita về mong muốn của mình, một yêu cầu mà đã khiến cho Ghosita buồn rầu vì ông rất yêu thương và xem cô như là con gái ruột của mình. Mặc dù biết rằng vua Udena có tiếng là dễ nổi cơn thịnh nộ khi không có được điều mình muốn, Ghosita vẫn quyết định từ chối yêu cầu của nhà vua. Đúng như dự tính, nhà vua đã vô cùng giận dữ. Vua đã cho bãi nhiệm tất cả chức vụ của Ghosita, trục xuất ông khỏi Kosambi và tịch thu tất cả tài sản của ông. Samavati rất buồn vì điều này, và để cứu cha nuôi của mình, cô đã đến gặp Vua Udena và thưa với vua rằng mình sẵn sàng làm vợ ông. Chính vì thế nên sau đó nhà vua đã dừng sự hành hạ Ghosita. Samavati kiên nhẫn và biết chấp nhận hoàn cảnh nên cô nhanh chóng ổn định cuộc sống mới của mình trong hoàng cung. Cô đã học cách chịu đựng những khi vua Udena nổi cơn giận dữ, và vua dần yêu thương cô vô cùng.

Trong số những người hầu của Samavati có một tỳ nữ tên là Khujjuttara, người ta gọi cô như vậy là vì cô này có cái lưng bị gù. Giống như bao phụ nữ khác trong hoàng gia, Samavati cũng bị hạn chế phải ở trong cung điện. Vì vậy, mỗi khi muốn có hoa để cài tóc, cô đều sai người hầu đi mua về. Mỗi ngày, cô đều đưa tám đồng tiền cho Khujjuttara, nhưng cô tỳ nữ này chỉ dùng bốn đồng để mua hoa và lén bỏ túi riêng bốn đồng còn lại. Một ngày nọ, đang trên đường đi mua hoa như thường lệ, Khujjuttara thấy một nhóm người đang ngồi lắng yên nghe Phật thuyết pháp và bởi tò mò, cô đã dừng lại để nghe xem Phật đang nói gì. Đức Phật nhận thấy người nữ này từ phía sau đám đông và mặc dù bề ngoài cô trông có phần xấu xí nhưng Phật biết rằng cô có tuệ căn mau lẹ đặc biệt với Giáo Pháp. Ngài đã thay đổi ý chính bài Pháp của mình thành một chủ đề mà Ngài biết có liên hệ với cô và kết quả là vào cuối bài Pháp của Phật, cô đã chứng được thánh quả Nhập Lưu (Tu-Đà-Hoàn). Mặc dù không biết chuyện gì đã xảy ra với mình, nhưng bây giờ Khujjuttara cảm thấy hối hận về việc đã ăn cắp tiền của Hoàng hậu Samavati nên khi trở về cung điện, cô lạy xuống trước hoàng hậu và thú nhận lỗi của mình. Cô cũng kể cho hoàng hậu nghe về Đức Phật và bài Pháp của Ngài. Hoàng hậu Samavati bị cuốn hút bởi cả sự thay đổi đột ngột nơi Khujjuttara và những gì bà được nghe về những lời dạy của Đức Phật. Sau khi tha thứ cho Khujjuttara, bà giục cô tỳ nữ tìm hiểu thêm về Giáo Pháp. Thế là mỗi ngày, Khujjuttara đi lắng nghe Đức Phật thuyết pháp và sau đó về thuật lại những gì đã được nghe cho Hoàng hậu Samavati. Hoàng hậu về sau đã phát nguyện quy y Tam Bảo và còn khuyến khích những nữ nhân khác trong cung làm theo mình.

Một ngày nọ, trong tâm trạng đặc biệt tốt và hài lòng với hoàng hậu Samavati, Vua Udena đã ban cho bà một đặc ân rằng sẽ toại nguyện cho bất cứ điều gì bà mong muốn. Đã từ lâu rồi bà vẫn luôn mong rằng sẽ có ngày được trực tiếp nghe chính Đức Phật thuyết pháp nên ngay lúc đó, bà đã xin vua được thỉnh Phật vào cung và vua đã ra lệnh cho người đi thỉnh Phật. Đức Phật đã từ chối lời mời và dạy tôn giả Ananda đi thay Ngài. Đại Đức Ananda đã vào cung thuyết pháp cho nhóm người hoàng gia và kết thúc bài Pháp của Ngài, hoàng hậu Samavati đã chứng quả thánh Nhập Lưu. Với sự khuyến khích của Samavati, nhiều thành viên trong hoàng tộc đã trở thành những người Phật tử nhiệt thành. Ngay đến Vua Udena, một người vốn cố chấp và ít hứng thú với bất kỳ tôn giáo nào, nhất là tôn giáo yêu cầu sự điều phục tâm sân giận. Nhưng dần dần, nhờ sự kiên nhẫn và sự thuyết phục nhẹ nhàng của Hoàng hậu Samavati, ông đã bắt đầu thực tập thiền. Mặc dù ban đầu có phần miễn cưỡng nhưng cuối cùng thì tính khí nhà vua cũng trở nên tốt hơn.

Trong lúc đó, một trong những người vợ khác của vua Udena, Thứ hậu Magandiya, ngày càng ghen tị với Samavati. Magandiya không bao giờ bỏ lỡ cơ hội đưa ra những lời bình phẩm mỉa mai, cả trước mặt và sau lưng Samavati, nhằm chế giễu niềm tin và xem thường sự thực hành Pháp tinh tấn không xao nhãng của bà, và còn để làm xấu bà trong con mắt của nhà vua. Mặc dù vậy, Samavati vẫn từ chối trả đũa mà vẫn cư xử nhã nhặn, hiền hậu với Magandiya như cách mà cô đối xử với tất cả mọi người. Điều này càng khiến cho Magandiya trở nên thù địch hơn. Tiếp đó, Thứ hậu cố gắng làm cho nhà vua trở mặt với Samavati bằng cách dựng lên mọi việc trông như thể Samavati đang âm mưu chống lại vua, nhưng cách này cũng không thành công. Cuối cùng, bà quyết định sẽ giết Hoàng hậu Samavati.

Với sự giúp đỡ của người thân, Thứ hậu Magandiya toan tính sẽ châm lửa thiêu rụi căn phòng nơi những nữ nhân trong cung thường tụ hội. Bị lấp đầy bởi thù hận, Thứ Hậu sẵn sàng đánh đổi mạng sống của tất cả những cung nga, thể nữ khác chỉ hòng giết được đối thủ của mình. Tay sai của Thứ Hậu đã thực hiện phần việc của họ và kết quả là Hoàng hậu Samavati, cùng với gần năm trăm người khác, đã chết trong ngọn lửa ấy. Vua Udena suy sụp bởi cái chết của Samavati và buồn thương bà suốt một khoảng thời gian rất dài.

Khi vua bắt đầu tỉnh táo để suy nghĩ về nguyên do vì đâu mà thảm kịch xảy ra, thì ông dần nhận thấy rõ ràng rằng đó không phải là một tai nạn. Ông nghi ngờ Thứ hậu Magandiya, nhưng ông biết là không thể ép bà thú tội nên ông đã quyết định dùng cách khác. Một ngày, với sự có mặt của Magandiya, nhà vua nói với một trong những vị quan cận thần của mình:

"Ta đã luôn nghi ngờ rằng Samavati đang âm mưu chống lại ta. Bây giờ bà ấy đã biến mất, ta lại có thể ngủ an giấc rồi. Bất kể người nào đã trừ khử bà ấy thì đều đã giúp ta một việc lớn và nếu ta biết người đó là ai, ta sẽ ban thưởng trọng hậu cho họ."

Luôn muốn giành được sự ưu ái của nhà vua, Magandiya ngay lập tức đã tiến lên và tâu với nhà vua rằng chính nàng cùng với sự giúp sức của người thân, đã đốt cháy cái cung lầu đó. Vua Udena giả vờ vui thích và lệnh cho bà gọi những người thân đó vào cung để vua có thể trọng thưởng họ. Sau đó, khi Magandiya dẫn những người đồng phạm của mình vào diện kiến nhà vua thì ngay lập tức qua những biểu hiện trên khuôn mặt của vua, bà biết rằng mình đã trúng kế và phạm phải một sai lầm khủng khiếp. Trong cơn thịnh nộ mất kiểm soát, vua Udena ra lệnh bắt lấy Magandiya cùng tất cả đồng phạm của bà và đưa ra ngoài thiêu sống. Mọi người đều vô cùng kinh hoàng trước hành động của nhà vua nhưng hầu hết họ đều tin rằng Magandiya đã lãnh lấy những gì thích đáng.[13]

AJATASATTU VÀ DEVADATTA

Kể từ khi còn trẻ, Devadatta (Đề-Bà-Đạt-Đa) đã luôn ghen tị với Đức Phật, và mãi cho đến sau này dẫu đã trở thành một tu sĩ, thì tập khí đố kỵ đó trong ông vẫn rất lớn mạnh. Ông thường ôm lòng tức giận vì luôn phải sống dưới cái bóng to lớn của Đức Phật, nhưng ngày qua ngày ông vẫn lặng im và nuôi hy vọng chờ đến ngày Đức Phật nhập diệt, hoặc quá lớn tuổi để tiếp tục lãnh đạo Tăng đoàn, thì lúc đó ông sẽ có cơ hội tốt để tiếp quản hội chúng, bởi vì ông có mối quan hệ họ hàng gần gũi với Đức Phật. Mặc dù con người Devadatta đúng là có phần khó chịu, nhưng ông không phải là không có tài năng. Ông đã tu tập thuần thục nhiều phép thần thông và tất nhiên chúng đã giúp ông thu hút được số đông người hâm mộ. Chỉ tiếc rằng tài năng và danh vọng đó, chỉ khiến ông ngày một tự hào và đầy tham vọng hơn.

Trong khoảng thời gian này có một chuyện đã xảy ra, đó là vị Hoàng tử Ajatasattu (A-Xà-Thế) ngày càng trở nên thiếu kiên nhẫn để chờ kế vị ngai vàng. Cha của ông - vua Bimbisara - đã cai trị đất nước trong suốt nhiều năm, và có vẻ như Ngài sẽ tiếp tục cai trị thêm nhiều năm nữa. Điều đó có nghĩa là Ajatasattu sẽ già đi trước khi có thể được ngồi lên chiếc ngai vàng. Devadatta biết được sự bất mãn của Hoàng tử Ajatasattu, và thấy giữa hai người có nhiều điểm chung, nên nghĩ rằng họ nên bắt tay với nhau. Ông chọn cách sử dụng năng lực thần thông của mình để gây ấn tượng với hoàng tử. Một ngày kia khi Ajatasattu đang ngồi một mình, thì đột nhiên một cậu bé mình khoác đầy rắn xuất hiện và ngồi vào lòng ông. Vô cùng kinh hãi, Ajatasattu lập tức đẩy đứa trẻ ra và hỏi với giọng run rẩy: "Ngươi là ai?", "Là tôi đây thưa Hoàng tử, là Devadatta đây." Vẫn với giọng run rẩy, Hoàng tử bảo: "Nếu ông thực sự là Devadatta thì hãy trở về hình dạng thật của mình." Devadatta tuân mệnh và đứng mỉm cười trước vị Hoàng tử đang còn chưa hết kinh ngạc mà thốt lên rằng "Tôi rất ấn tượng, thưa tôn giả đáng kính. Thầy nhất định là vị đã đắc được quả vị cao thượng."

Kể từ đó, Devadatta được quyền tự do vào ra hoàng cung và Hoàng tử Ajatasattu thường ở đó chờ ông với những món ăn thượng vị, cùng những tặng phẩm đắt giá. Đã có bên mình một đồng minh hùng mạnh, Devadatta tiến đến bước tiếp theo là thuyết phục Đức Phật nhường lại vị trí lãnh đạo hội chúng. Một hôm, khi Đức Phật đang ngồi cùng với một hội chúng rất đông các vị Tỳ Khưu, Devadatta đã đến phía trước, xá chào và thưa rằng:

"Bạch Đức Thế Tôn việc lãnh đạo Tăng Đoàn ở tuổi của Ngài hẳn là rất mệt nhọc. Xin Đức Thế Tôn hãy nghỉ ngơi và con sẽ hướng dẫn Tăng Đoàn thay Ngài. Con sẽ đảm nhận trách nhiệm này để Ngài có thể được nhàn hạ."

Ông hy vọng rằng các Thầy khác, những người lo lắng cho sức khỏe của Đức Phật sẽ hài lòng với ý tưởng này, và cùng thuyết phục Đức Phật lui về nghỉ ngơi. Nhưng Đức Phật đã rất rõ ý định của Devadatta, và Ngài không bao giờ để bị ảnh hưởng bởi ý kiến của số đông. Thế Tôn đã kiên quyết từ chối lời đề nghị đó.

"Ngay đến Sariputta hay Moggallana ta còn không giao phó Tăng Đoàn, huống chi là Thầy, một người đáng phải nhổ ra như nhổ một bãi nước bọt."

Devadatta cảm thấy bị bẽ mặt bởi lời quở trách này và tận sâu trong tim, ông thề sẽ trả thù.

Một ngày, sau khi nghe Ajatasattu phàn nàn với ông về vị trí hoàng tử của mình, Devadatta nói với ông rằng:

"Loài người trong thời quá khứ có tuổi thọ rất dài, nhưng hiện tại thì không còn được như vậy và bạn có thể chết đi trong khi vẫn còn là một hoàng tử. Hãy kết thúc mạng sống của cha bạn để có thể sớm được lên ngôi vua. Còn tôi sẽ giết Đức Phật để trở thành người lãnh đạo Tăng đoàn."

Lúc đầu Ajatasattu đã bị sốc bởi lời đề nghị, nhưng vì tham vọng cùng lòng ham muốn quyền lực quá mạnh mẽ nên chỉ trong chốc lát, tâm trí của vị Hoàng tử đã bị che mờ bởi những mối lợi của âm mưu này.

Ngay đó, Devadatta đã ngấm ngầm sắp đặt một kế hoạch nhằm giết Đức Phật, với sự giúp sức của Ajatasattu. Họ đã gửi đi một sát thủ để ám sát Thế Tôn, rồi sắp xếp để hắn ta cũng bị giết ngay sau đó để thủ tiêu nhân chứng. Nhưng rồi, kẻ sát thủ đó đã chần chừ và không muốn rước vào mình một nghiệp vô cùng xấu của việc giết hại một vị Thánh nhân như vậy. Đến khi thực sự đứng trước Phật, hắn ta biết ngay rằng mình chẳng thể nào giết Ngài. Tên sát thủ sụp lạy xuống và thú nhận toàn bộ âm mưu của mình với Thế Tôn. Sau khi nghe xong Đức Phật đã tha thứ, và ngay tại đó hắn ta xin được trở thành một đệ tử tại gia của Ngài. Khi Devadatta nghe điều này, ông vô cùng tức giận và quyết định rằng nếu muốn giết Đức Phật, thì chính ông ta sẽ phải tự mình ra tay. Khi Đức Phật ở Rajagaha, Ngài thường trú tại Gijjakuta (Linh-Thứu), một ngọn đồi nhỏ lổm nhổm đá ở phía ngoài cửa Đông thành Rajagaha. Devadatta trèo lên chờ sẵn trên Gijjakuta và khi nhìn thấy Đức Phật thiền hành dưới chân đồi, ông ta liền xô một tảng đá lớn cho lăn đổ về phía Ngài. Ngay trước lúc tảng đá lăn gần đến chỗ Đức Phật, nó đâm vào một tảng đá khác và chuyển hướng. Tuy vậy, một mảnh vỡ đã văng tới Thế Tôn và khiến chân Ngài bị thương. Một thời gian sau, Devadatta đi đến chuồng thú của hoàng gia, nơi một con voi khổng lồ và hung tợn tên Nalagiri đang được canh giữ. Ông đến gần và bảo người quản tượng:

"Ta rất thân với nhà vua. Chỉ cần một lời nói của ta thì một người từ vị trí thấp có thể được nâng lên vị trí cao và một người ở vị trí cao có thể dễ dàng bị giáng xuống vị trí thấp. Ta muốn ngươi thả con voi này về hướng của Đức Phật khi ông ta xuất hiện."

Nghe vậy viên quản tượng lập tức đồng ý. Ngày hôm sau, Đức Phật cùng một nhóm nhỏ các Thầy Tỳ Khưu đi vào thành Rajagaha để khất thực. Khi rẽ vào một con phố hẹp, đoàn người nhận thấy con voi điên kia xuất hiện ngay trước mặt họ. Các Thầy liền thỉnh Đức Phật quay lại nhưng Ngài vẫn tiếp tục chậm rãi bước tới. Lúc đó dân chúng hai bên đường chen nhau cố nhoài người ra ngoài cửa sổ, thậm chí nhiều người còn trèo lên các mái nhà để chờ xem điều gì sẽ xảy ra. Nalagiri điên cuồng lao tới. Người người tranh nhau chạy tránh đi trong khi số khác thì sững người vì kinh khiếp. Thế Tôn khi ấy đã hướng tới và tắm mát Nalagiri với tâm Từ của Ngài, con voi lập tức trở nên lắng dịu và chấp nhận để Ngài tiến đến và xoa đầu nó. Cuộc chạm trán trên gây náo động khắp Rajagaha và suốt nhiều tuần liền sau đó, người ta ca vang bài hát về nó trong khi diễu quanh khắp thành. Một trong những khúc ca ấy là:

"Nhiều kẻ được thuần hóa bằng gậy nhọn,
và bằng các roi vọt,

Nhưng con voi được vị Đại Ẩn Sĩ điều phục,
Bằng lòng Từ Bi,
không bằng vũ khí, không bằng gậy gộc."

Thời gian đó, trong một buổi tối nọ, Ajatasattu buộc một con dao găm vào đùi mình và với tâm thức tràn đầy sợ hãi, cố gắng lẻn vào phòng ngủ vua cha. Nhưng các lính canh đã chặn anh ta lại và âm mưu thất bại. Vua Bimbisara hay chuyện con mình âm mưu giết cha soán ngôi nên vô cùng buồn bã, ông quyết định thoái vị để con mình được như ý. Mặc dù không còn là vua, nhưng Bimbisara vẫn ủng hộ Đức Phật và điều này khiến cho Devadatta lo lắng. Vì vậy, Thầy ta đã thúc giục Ajatasattu giết cha mình.

"Miễn ngày nào cha của bạn còn sống, thì bạn vẫn còn nguy hiểm. Bạn như một người phủ một lớp da mới lên một cái trống với một con chuột trong đó."

Thế là vua Bimbisara đã bị cầm tù và bỏ đói. Hoàng hậu Kosaladevi, người duy nhất được phép đến thăm tù nhân, đã lén mang thức ăn vào bằng cách giấu trong y phục của bà. Khi điều này bị phát hiện, bà luôn bị soát người trước mỗi lần vào thăm. Vì vậy, bà chuyển sang thoa catumadhura, một loại kem bổ dưỡng trên cơ thể của mình và chồng bà sẽ liếm chúng, nhờ đó giúp Bimbisara có thể sống tiếp. Sau hai tuần, thấy ông vẫn chưa chết, vua Ajatasattu đã phái sát thủ vào trong ngục và giết ông. Và đó là kết thúc cuộc đời của một vị vua anh minh, được thần dân yêu mến và cũng là một trong những người ủng hộ nhiệt tình nhất của Đức Phật.

Sau nhiều lần cố gắng giết hại Đức Phật nhưng thất bại, Devadatta đi đến quyết định rằng nếu đã không thể lãnh đạo Tăng đoàn, thì ít nhất ông ta sẽ cố gắng dẫn dắt một nhóm nhỏ các tu sĩ.

Đức Phật luôn nỗ lực để thay đổi xã hội mà Ngài đang sống, sẵn sàng chất vấn, và thậm chí chỉ trích nhiều niềm tin, mà những người đương thời xem là lẽ sống. Một trong những điều đó chính là lối khổ hạnh cực đoan và phô trương vốn được nhiều hành giả thực hành. Vì Ngài khước từ sự say mê nơi đường lối thực tập đó nên, các nhà ngoại đạo thường buộc tội Ngài là người buông thả và ưa lối sống xa xỉ. Thậm chí vài Thầy cũng cho rằng Tăng đoàn đang dần mất đi tính chất khắc khổ nguyên thủy, và rằng tu sĩ Phật giáo nên sống nếp sống của những hành giả khổ hạnh. Devadatta đã lợi dụng sự bất mãn này để bắt đầu yêu cầu những giới luật nghiêm khắc hơn, và đòi hỏi đó được một nhóm các Thầy khác ủng hộ. Sau cùng, ông và nhóm người ủng hộ đi gặp Phật, yêu cầu Ngài cho phép năm điều sau trở thành điều bắt buộc đối với toàn thể Tăng đoàn: Các Tỳ Khưu trọn đời chỉ nên sống trong rừng, chỉ dùng những thức ăn mà họ đã khất thực được, chỉ mặc y phục may từ giẻ rách nhặt được, không sống trong các tu viện và điều cuối là nên ăn chay. Đức Phật đã từ chối vì Ngài biết rằng những sự thực tập về thân như trên chưa hẳn sẽ mang lại những thay đổi về tâm thức. Ngài cũng hiểu rằng lối thực hành như vậy, sẽ cắt rời đoàn thể xuất gia khỏi cộng đồng cư sĩ, và nếu điều này xảy ra thì phạm vi ảnh hưởng của Giáo Pháp sẽ mãi chỉ là một nhóm nhỏ độc quyền. Tuy nhiên, Thế Tôn cũng nhìn nhận có nhiều Thầy ưa thích lối sống khổ hạnh, cho nên mặc dù từ chối áp đặt những điều trên lên toàn thể, Ngài cho phép các Thầy có thể tự thân thực tập chúng nếu họ muốn.

Trong khi Đức Phật luôn linh động, nhưng Devadatta thì không. Ông đã tuyên bố sẽ cùng với những người ủng hộ tự thiết lập một Tăng đoàn cho riêng họ. Năm trăm Thầy Tỳ Khưu dưới sự lãnh đạo của Devadatta đã rời khỏi Rajagaha và đi đến Gavasisa thuộc Gaya, một ngọn đồi đầy đá nằm ở phía Nam thị trấn, nơi mà Vua Ajatasattu xây dựng cho họ một tu viện. Đó là cuộc biến động lớn nhất trong cuộc đời của Đức Phật; Tăng đoàn bị chia rẽ cùng những lời buộc tội về sự lỏng lẻo của giới luật lan rộng khiến tín chủ không biết nên phải ủng hộ cho nhóm nào. Tuy vậy, trong suốt thời gian cuộc biến động diễn ra, Đức Phật vẫn luôn điềm tĩnh và không hề công khai chỉ trích Devadatta dù chỉ một lần. Và rồi điều cần làm sẽ được thực hiện, cuối cùng Đức Phật đã phái Sariputta cùng Moggallana đến Gaya để thức tỉnh lại các Thầy Tỷ Khưu lạc lối. Khi trông thấy hai Thầy đi đến, Devadatta vô cùng hớn hở với ý nghĩ rằng họ cũng đã từ bỏ Đức Phật. Ông chào đón thật nồng nhiệt và còn chia sẻ chỗ ngồi của mình với hai Thầy ấy. Hai Thầy đã lịch sự từ chối và tự tìm một chỗ ngồi gần đấy. Sau đó với một bài nói chuyện dài, Devadatta đã công kích Đức Phật và bảo vệ cho quan điểm về khổ hạnh của mình, rồi ông đã mời Sariputta và Moggallana thay ông tiếp tục nói chuyện với thính chúng trong khi ông lui về nghỉ ngơi. Sau khi ông rời đi, Sariputta và Moggallana đều lần lượt chia sẻ những bài pháp thoại với sự định tĩnh và đầy tính thuyết phục, giải thích rằng không có sự thực hành khổ hạnh, hoặc các nghi lễ và tập tục thuộc về chúng mà bản chất có thể thay đổi con tim. Họ cũng kêu gọi sự trung kiên đối với vị Thầy khả kính của mình là Đức Phật, cùng với sự đoàn kết và hòa hợp của Tăng đoàn. Uy đức thâm niên của hai Thầy trong Tăng đoàn, sự thanh tịnh khỏi mọi ác ý và tính hợp lý nơi cái thấy của họ cuối cùng đã chinh phục 500 Thầy kia.[1]

Khi Sariputta và Moggallana kết thúc, hai thầy nói với hội chúng: "Đó là tất cả những gì chúng tôi cần phải nhắn nhủ đến các thầy. Bây giờ chúng tôi sẽ trở về Rajagaha." Khi hai Tôn giả đứng dậy và rời đi, thì gần như tất cả năm trăm Thầy kia đều đứng dậy và đi theo họ. Vào buổi sáng hôm sau lúc Devadatta thức dậy và trông thấy chúng đệ tử bên cạnh chỉ còn lại vài người. Người ta nói rằng khi đó ông đã rất tức giận đến nỗi máu trào ra nơi miệng. Cô đơn và cảm thấy bị làm nhục, trong suốt những năm sau đó, Devadatta liên tục oán trách và chỉ trích Đức Phật với bất cứ ai chịu lắng nghe ông. Cũng có vài người nghe ông, nhưng hầu hết đều phớt lờ hoặc đối xử với ông bằng sự khinh miệt. Mãi cho đến cuối đời, ông bắt đầu hối hận về những hành động trong quá khứ của mình và quyết định đi xin lỗi Đức Phật. Nhưng trước khi gặp được Phật thì Devadatta đã mạng chung. Điều thú vị cần lưu ý là khi Ngài Pháp Hiển, một nhà chiêm bái người Trung Quốc, đã từng đến Ấn Độ vào thế kỷ thứ 5, và khi đó ông ghi nhận vẫn còn một số nhóm nhỏ, xem Devadatta là người khai đạo cho họ hơn là Đức Phật.

Dòng Tộc Sakya

1. D,I:92.
2. M,I:354.
3. D,I:91.
4. D,III:83.
5. D,11:74.

**Đức Phật
- Người Là Ai?**

1. M,I:163.
2. D,I:115.
3. A,I:181.
4. S,V:217.
5. D,II:100.
6. S,III:2.
7. M,II:140.
8. M,II:122.
9. M,I:108.
10. D,I:3.
11. A,V:150.
12. M,I:132.
13. A,I:136.
14. S,V:11.
15. D,III:38.
16. A,II:146.

**Bậc Thầy
Của Trời Và Người**

1. Vin,IV:20.
2. D,II:104.
3. M,I:169.
4. D,I:110.
5. D,I:116.
6. D,II:124.
7. D,III:40.
8. S,V:15.
9. Vin,II:266.
10. Sn,780.
11. M,II:168.
12. A,I:185-88.
13. M,III:37.
14. D,I:120-121.
15. D,I:60-61.
16. M,II:145.
17. D,I:215-222.
18. Dp,51.
19. M,I:119.
20. M,I:395.
21. M,I:375.
22. Sn,136.

23. M,I:37.

24. M,I:375.

25. M,I:83.

26. D,II:149.

**Tăng Chúng
Và Ni Chúng**

1. D,I:63.

2. D,I:71.

3. D,II:154. M,III:39.

4. Vin,II:253.

Hai Vị Đại Đệ Tử

1. D,I:58.

2. Vin,IV:38-41.

3. S,I:191.

4. A,III:195.

5. J,III:392.

6. J,III:286.

7. D,I:78-84.

8. D,I:211.

9. Vin,V:110-111.

10. Vin,I:66.

11. S,V:269.

**Ananda - Người Mà
Ai Cũng Yêu Mến**

1. D,II:143.

2. M,I:353.

3. Vin,IV:78.

4. S,V:154.

5. A,I:24.

6. D,II:144.

**Angulimala -
Từ Kẻ Sát Nhân
Trở Thành Bậc Thánh**

1. M,II:98-105.

**Anathapindika -
Người Chu Cấp
Cho Người Nghèo**

1. Vin,V:153-157.

2. J,I:364.

3. A,IV:392.

4. M,III:258.

**Khủng Hoảng
Ở Kosambi**

1. J,III:486.

2. M,III:152.

3. M,III:154. Dp,1-3.

4. M,III:156-157.

5. Ud,41.

**Rahula -
Người Con Trai
Của Đấng Giác Ngộ**

1. Vin,IV:81.

2. Vin,IV:82.

3. M,I:414.

4. M,I:423.

5. Thag,295.

**Những Đệ Tử
Tại Gia Nổi Tiếng**

1. D,II:104.

2. A,I:26.

3. A,I:88.

4. S,IV:284.

5. S,IV:291.

6. S,IV:299.

7. S,IV:302.

8. A,I:136.

9. A,IV:218.

10. A,IV:216.

11. A,I:278.

12. A,I:25.

13. Dh,A:187-191, 205-225.

**Ajatasattu Và
Devadatta**

1. Vin,183-202.

HỒI HƯỚNG

Với những nghiệp thiện lành từ việc thực hiện và chia sẻ quyển sách này, xin nguyện cầu chư vị Giác linh và Hương linh được nhẹ bước rong chơi miền Tịnh độ.

Đại Đức: Thích Thông Tánh
Thế Danh: Nguyễn Văn Thanh
Sanh năm 1992 - Viên tịch: 01/09/2020

Ni trưởng: Thích Nữ Như Ngọc
Thế danh: Nguyễn Thị Nghĩa
Sanh năm 1937 - Viên tịch: 31/10/2020

Cụ Ông: Lê Văn An
Pháp Danh: Như Khương
Sanh năm 1933 - Tạ Thế: 24/06/2020

Cụ Bà: Lê Thị Đấu
Pháp Danh: Như Lý
Sanh năm 1935 - Tạ Thế: 02/08/2020

Hương Linh: Kiều Văn Quan
Pháp Danh: Tâm Quan
Sanh năm 1992 - Tạ Thế: 29/07/2020

www.ingramcontent.com/pod-product-compliance
Lightning Source LLC
Chambersburg PA
CBHW031327160726
47993CB00002B/575